மு. அருணாசலம்

இந்திய இலக்கியச் சிற்பிகள்
மு. அருணாசலம்

ஜெ. சுடர் விழி

சாகித்திய அகாதெமி

Mu Arunachalam: Monograph in Tamil by J. Sudarvizhi, Sahitya Akademi, New Delhi, Rs.100.00

உரிமை © சாகித்திய அகாதெமி		Copyright: @Sahitya Akademi	
ஆசிரியர்	: ஜெ. சுடர்விழி (பி. 1977)	Author	: J. Sudarvizhi (b.1977)
இலக்கியநடை	: வாழ்க்கைவரலாறு / பொது	Genre	: Biography/ General
பதிப்பாளர்	: சாகித்திய அகாதெமி	Publisher	: Sahitya Akademi
முதற் பதிப்பு	: 2025	1st Edition	: 2025

ISBN : 978-93-6183-699-2

விலை : ரூ. 100/-

All rights reserved. No part of this book may be reproduced or utilized in any form or by any means, electronic or mechanical including photocopying, recording or by any information storage and retrival system, without permission in writing from Sahitya Akademi.

சாகித்திய அகாதெமி

தலைமை அலுவலகம் : இரவீந்திர பவன், 35, பெரோஸ்ஷா சாலை, புது தில்லி 110 001.
secretary@sahitya-akademi.gov.in | 011-23386626/27/28.

விற்பனை அலுவலகம் ‘ஸ்வாதி’ மந்திர் சாலை, புது தில்லி 110 001
sales@sahitya-akademi.gov.in | 011-23745297, 23364204.

கொல்கத்தா 4, டி.எல். கான் சாலை, கொல்கத்தா 700 025
rs.rok@sahitya-akademi.gov.in | 033-24191683/24191706.

சென்னை குணா வளாகம், 443, இரண்டாம் தளம், அண்ணா சாலை,
தேனாம்பேட்டை, சென்னை 600 018.
chennaioffice@sahitya-akademi.gov.in 044-24311741 | 24354815

மும்பை 172, மும்பை மராத்தி கிரந்த சங்கிரகாலய சாலை,
தாதர், மும்பை 400 014
rs.rom@sahitya-akademi.gov.in 022-24135744 | 24131948.

பெங்களூரு மத்தியக் கல்லூரி வளாகம், பல்கலைக்கழக நூலக கட்டிடம்,
டாக்டர் அம்பேத்கர் வீதி, பெங்களூரு 560 001
rs.rob@sahitya-akademi.gov.in. 080-22245152, 22130870.

அச்சகம் : M/s. Mani Offset, Chennai-600077
ஒளி அச்சு : R. Udhayabaskar, Chennai
Visit our website at http://www.sahitya-akademi.gov.in

பொருளடக்கம்

முன்னுரை	7
1. வாழ்வும் தமிழியல் செயல்பாட்டுக்கான பின்புலமும்	9
2. மு.அருணாசலனார் எழுதிய நூல்கள்	21
3. இன்றைய தமிழ் வசனநடை நூல்: சில விவாதங்கள்	35
4. இலக்கிய வரலாற்றுப் பணி	44
i. கால ஆராய்ச்சி	48
ii. வரலாறெழுதியலில் பின்பற்றிய கொள்கைகள்	53
iii. இலக்கிய வரலாற்று நூல்களின் தனிச்சிறப்புகள்	56
5. தமிழ் இசை வரலாற்று நூல்கள்	64
6. நாட்டுப்புறப்பாடல்கள் தொகுப்பின் முன்னோடி	71
7. கதைப்பாடல் ஆய்வு	84
8. பதிப்புப் பணிகள்	93
i. மு.அருணாசலனார் பதிப்பித்த நூல்கள்	95
ii. தேசிகவிநாயகம் பிள்ளை நூல்களின் பதிப்புகள்	106
iii. பிற பதிப்புகள்	112
பின்னிணைப்புகள்	117
துணைநூல்கள்	123

முன்னுரை

'ஒரு பல்கலைக்கழகத்தில் பலதுறை அறிஞர்கள் இருப்பதைக் காணலாம். ஆனால், அறிஞர் ஒருவருக்குள்ளே ஒரு பல்கலைக்கழகமே இருந்தது உண்டா? அப்படி அறிஞர் இருந்தார் என்றால் நம்ப முடிகிறதா? உண்மையில் அப்படி இருந்தவர் தான் மு. அருணாசலம் என்பார் பேரா.தெ. ஞானசுந்தரம். இது மிகையான கூற்றில்லை. ஒரு பல்கலைக்கழகமாய் பன்முக ஆளுமையாய் தமிழியலின் பல்வேறு துறைகளில் இயங்கியவர் தான் அறிஞர் மு.அருணாசலம். 1909ஆம் ஆண்டில் பிறந்து 1992ஆம் ஆண்டு வரை நிறைவாழ்வு வாழ்ந்த இவர், ஏறக்குறைய 60 ஆண்டுகள் தமிழ்ப்பணிக்கென்றே தம் வாழ்வை அர்ப்பணித்துக் கொண்டவர்.

எட்டு நூற்றாண்டு இலக்கிய வரலாற்றைத் தனியொருவராக எழுதிச் சாதனை புரிந்தவர். வாய்மொழி இலக்கிய வரலாற்றிலும் முக்கூடற்பள்ளு பதிப்பிலும் தமிழிசை ஆய்விலும் குறிப்பிடத்தக்க பங்களிப்புகளைச் செய்தவர். நாட்டுப்புறப் பாடல்கள் தொகுப்பின் முன்னோடி என்று சுட்டப்படுபவர். காந்தியம் சார்ந்த ஆதாரக் கல்வியைப் போதிக்கும் வகையில் சொந்த கிராமத்திலேயே கல்வி நிறுவனங்களைத் தொடங்கி கிராமத்தை வளர்ச்சி பாதையில் இயக்கியவர். காசி பல்கலைக்கழகம், பன்மொழி ஆராய்ச்சி நிறுவனம், தஞ்சைத் தமிழ்ப் பல்கலைக்கழகம் போன்ற நிறுவனம் சார்ந்த தமிழாய்வுப் பணிகளிலும் செயலாற்றியவர். 'பேனா மட்டுமல்ல; மண்வெட்டியும் பிடித்தறிந்தவன்' என்பதைப் பெருமையோடு சொல்லிக் கொள்பவர். தாம் பெற்ற தோட்டக்கலை அனுபவங்களைத் தோட்டக்கலை நூல்களாக எழுதி வெளியிட்டதுடன் அதற்குத் தமிழக அரசின் விருதும் பெற்றவர்.

இருண்டு கிடந்த பல காலப்பகுதிகளை, மறைந்து போன பல தமிழ் நூல்களைத் தம் வரலாற்று நூல்களின் வழியே வெளிச்சமிட்டுக் காட்டிய இத்தமிழறிஞரின் பணிகளும் பங்களிப்புகளும் ஆய்வுலகத்தினராலேயே பெரிதாகக் கவனப்படுத்தப்படவில்லை. மு.அ. எழுதிய நூல்களைத் தேடி ஆவணப்படுத்த வேண்டும்; அவருடைய வரலாற்றையும் பணிகளையும் துலக்கமாக்க வேண்டும் என்று கருதியே முனைவர் பட்ட ஆய்வுத் தலைப்பாக 'மு.அருணாசலனாரின் தமிழியல் பணி'களைத் தேர்ந்து கொண்டேன். விரிந்த நிலையில் செய்யப்பட்ட ஆய்வைச் சாகித்ய அகாதெமி இந்திய இலக்கியச் சிற்பிகள் வரிசைக்காக அறிமுக நிலையில் எழுதியுள்ளேன்.

முனைவர் பட்ட ஆய்வுக்காக மு.அ. எழுதிய நூல்களையோ அவரைப் பற்றிய பிற தகவல்களையோ பல்வேறு நூலகங்களில் பல மாதங்களாகத் தேடியும் கிடைக்காத நிலையில் மு.அ.நூற்றாண்டை ஒட்டிச் சென்னைப் பல்கலைக்கழகத்தில் நடைபெற்ற மு.அ. நூற்றாண்டு விழாவில் பேராசிரியர் வீ.அரசு அவர்களும் பேராசிரியர் உல.பாலசுப்பிரமணியம் அவர்களும் இணைந்து பதிப்பித்து வெளியிட்ட 'திருச்சிற்றம்பல அருணாசலனார் நூற்றாண்டு மலர்' பெரும் திறப்பாக அமைந்தது. இது மு.அ.வைப் பற்றித் தொகுக்கப்பட்ட முதல் ஆவணம் எனலாம். அறியப்படாதிருந்த மு.அ.வின் பல நூல்களை இந்நூலே அறிமுகம் செய்தது. எழுதிய நூல்களை மட்டுமல்லாமல் மு.அ. நூலகத்திலிருந்த நூல்களின், சுவடிகளின் பட்டியலையும் தொகுத்தளித்தது. இத்தகைய அரிய ஆவணத்தைச் சாத்தியப்படுத்திய பேராசிரியர்களை வணங்குகிறேன். தம் வீட்டு நூலகத்தைத் திறந்து கொடுத்து மு.அ.வின் நூல்களைப் பயன் கொள்ளவும் தகவல்கள் வழங்கியும் உதவிய மு.அ.வின் மகனார் அ.சிதம்பரநாதன் அவர்களுக்கும் மு.அருணாசலனார் குறித்து ஆய்வு மேற்கொள்ள என்னை நெறிப்படுத்திய பேரா.யோ. ஞானசந்திர ஜாண்சன் அவர்களுக்கும் ஆலோசனைகள் வழங்கி என்னை ஆற்றுப்படுத்திய பேரா. பாலுசாமி அவர்களுக்கும் சாகித்ய அகாதெமி இந்திய இலக்கியச் சிற்பிகள் வரிசையில் மு.அருணாசலனாரைக் குறித்து எழுத வாய்ப்பை நல்கிய சாகித்ய அகாதெமி தமிழ் ஆலோசனைக் குழு ஒருங்கிணைப்பாளர் பேரா.இரா.அறவேந்தன் அவர்களுக்கும் சாகித்ய அகாதெமி அலுவலகப் பொறுப்பாளர்களுக்கும் அகம் நிறைந்த நன்றியினை உரித்தாக்குகிறேன்.

ஜெ. சுடர்விழி

1. வாழ்வும் தமிழியல் செயல்பாட்டுக்கான பின்புலமும்

> என்னுடைய அப்பாவின் வாழ்க்கையை ஒரு சொல்லில் உருவகப்படுத்த முடியும் என்றால் அது உழைப்பு என்ற ஒரே சொல்லாகத் தான் இருக்கும்.அவர்களின் உழைப்பு முழுதுமே தேடலுக்காகத் தான். தேடல் ஒவ்வொருவருக்கு ஒவ்வொன்றாக இருக்கும்.பொருள், புகழ், பதவி, அதிகாரம் இப்படி எத்தனையோ. அப்பாவுக்கு அது கற்றல் என்றாகிப்போனது- (மு.அருணாசலனாரின் மகள் பா.அன்னபூரணி, திருச்சிற்றம்பல அருணாசலனார் நூற்றாண்டு மலர், ப.307)

தம் வாழ்நாளில் அறுபதாண்டுகளுக்குமேல் இந்தத் தேடலையும் கற்றலையும் தமிழ்ப்பணிக்கென்றும் சமூகப் பணிக்கென்றும் அர்ப்பணித்து வாழ்ந்தவர் அறிஞர் மு.அருணாசலனார் (மு.அ). வேறு எந்தத் தமிழறிஞரும் எழுதிப் பார்க்கத் துணியாத, துணிந்தாலும் தொடர இயலாத நூற்றாண்டு வாரியான இலக்கிய வரலாற்று நூல்களை எழுதி வரலாற்றில் வாழ்ந்து கொண்டிருப்பவர். பதிப்பு, தொகுப்பு, நாட்டுப்புறவியல், இதழியல், தமிழிசை, சைவசித்தாந்தம், மொழிபெயர்ப்பு, காந்தியக்கல்வி என்று பன்முகத் தளங்களில் இயங்கியவர். பெரியண்ணா என்று இன்றும் தம் கிராம மக்களால் அன்போடு அழைக்கப்படும் அளவு தம் மக்களின் வாழ்க்கைத் தரம் மேம்படப் பாடுபட்டவர். அவர் தொடங்கி வைத்த காந்திவித்தியாலயம் இன்றும் அப்பகுதி குழந்தைகளின் கல்வித்தேவையை நிறைவு செய்து கொண்டிருக்கிறது. அவரது நூல்சேகரிப்பும் பரந்த வாசிப்பும் நினைவாற்றலும் தொடர்ச்சியான வரலாறெழுதியலும் நம்மை மலைக்க வைக்கின்றன. அவர் பங்களிப்புச் செய்துள்ள பல்வேறு துறைகள் வாயிலாகத் தமிழ் இலக்கிய வரலாற்றின் கட்டமைவிற்குப் பெரிதும் காரணமாக இருந்துள்ளார் என்பதை மறுக்கவோ மறைக்கவோ இயலாது.

பிறப்பும் கல்வியும்

1991வரை தஞ்சை மாவட்டமாக இருந்து தற்போது நாகை மாவட்ட எல்லைக்குள் வந்துவிட்ட சிற்றூர் திருச்சிற்றம்பலம். மயிலாடுதுறைக்கு அருகிலும் தேவாரப்பாடல் பெற்ற தலமான பந்தணநல்லூருக்கருகிலும் அமைந்துள்ள இச்சிற்றூரில் தான் 1909ஆம் ஆண்டு அக்டோபர் மாதம் 29ஆம் நாள் கார்காத்த வேளாளர் மரபைச் சார்ந்த முத்தையா பிள்ளை - கௌரி

தம்பதியரின் மூத்தமகனாக மு.அ. பிறந்தார். தம் தொடக்கக் கல்வியைத் திருச்சிற்றம்பலத் திண்ணைப் பள்ளிக்கூடத்தில் தொடங்கி, தன் கிராமத்திலிருந்து பத்துக் கிலோமீட்டர் தொலைவிலிருந்த குத்தாலம் என்னும் ஊரில் உயர்நிலைப் பள்ளிக் கல்வியை முடித்தார். பின், அண்ணாமலைப் பல்கலைக்கழகத்தின் அடிநிலைக் கல்லூரியாகிய மீனாட்சி கல்லூரியில் கணிதப்பாடப்பிரிவில் சேர்ந்து பட்டம் பெற்றார். இண்டர்மீடியட் படிப்பில் சமஸ்கிருத மொழிப்பாடத்தைத் தேர்ந்தெடுத்துப் படித்து, கல்லூரிப் பருவத்திலேயே தமிழ், ஆங்கிலம், சமஸ்கிருதம் ஆகிய மும்மொழிகளிலும் சிறந்து விளங்கினார்.

திருச்சிற்றம்பலக் கிராமச்சூழல், கார்காத்த வேளாளர் குலம் சார்ந்த குடும்பச்சூழல், கீழ்த்தஞ்சையைச் சுற்றிலும் செயல்பட்ட தருமபுரம், திருவாவடுதுறை, திருப்பனந்தாள் ஆகிய சைவமடங்களுடன் தொடர்புடைய வாழ்க்கைச்சூழல் காரணமாகத் தொடக்ககாலம் முதலே, சைவசமய நெறிகளுக்கு உட்பட்ட வாழ்க்கையினராகவும் சைவசமயம் சார்ந்து இயங்கியவராகவும் மு.அ. திகழ்ந்தார். சூரியனார் கோயில் ஆதீனம் ஸ்ரீலஸ்ரீ மீனாட்சி சுந்தர தேசிக மூர்த்திகளிடம் சிவபூசை செய்வதற்கான விசேட தீக்கைப் பெற்றவர். செல்வவளமிக்க குடும்பப் பின்புலம் இருந்தும் காந்தியக்கொள்கைகளில் நாட்டம் கொண்டு எளிமையான வாழ்க்கையினராகவே வாழ்ந்தார். 1930ஆம் ஆண்டு தனது 21ஆவது வயதில் இராஜராஜேஸ்வரி என்பாரை மணந்து இல்லற வாழ்க்கைக்குள் நுழைந்த மு.அ.வுக்குச் சிதம்பரநாதன் என்கிற மகனும் மணிமேகலை, கல்யாணி, அன்னபூரணி, கங்காதேவி, உமாதேவி ஆகிய மகள்களும் தேவிகா சிதம்பரநாதன் என்கிற மருமகளும் உள்ளனர்.

தமிழியல் செயல்பாட்டுக்கான பின்புலம்

சென்னையில் அரசுப்பணி கிடைக்கப்பெற்றதால் 1931இல், திருச்சிற்றம்பலத்திலிருந்து மனைவியுடன் சென்னைக்குக் குடியேறினார் மு.அ. எண் 3, சாம்பசிவம் தெரு, தியாகராய நகர் என்ற முகவரியில் வாழ்ந்தார். இவரது வீட்டின் அருகிலேயே இராஜாஜி, ரசிகமணி டி.கே.சி., வெ.சாமிநாத சர்மா ஆகியோர் குடியிருந்துள்ளனர். இவர்களுடன் பழகவும், உ.வே.சா., திரு.வி.க., வையாபுரிப்பிள்ளை ஆகிய தமிழறிஞர்களுடன் நெருக்கமான நட்பு உருவாகவும் இந்தச் சென்னை வாழ்க்கை காரணமாக அமைந்தது. மேலும், தனது கல்விப்புலம் தமிழாக இல்லாத நிலையிலும் பல

தமிழ்நூல்களைப் படிக்கவும் தமிழிலக்கிய அறிவை வளர்த்துக்கொள்ளவும் சமய, இலக்கியச் சொற்பொழிவு நிகழ்வுகளில் கலந்து கொள்ளவும் சென்னை வாழ்க்கையே வழியமைத்துத் தந்தது. ஏராளமான தமிழறிஞர்களிடம் பழகும் வாய்ப்பைச் சென்னை வாழ்க்கை வழங்கியிருப்பினும் வையாபுரிப்பிள்ளை, ரசிகமணி டி.கே.சி, ஞானியாரடிகள் ஆகியோர் மு.அ.வின் பன்முகச் செயல்பாடுகளுக்கு முக்கிய திறப்பை வழங்கியவர்களாகத் திகழ்கின்றனர்.

பதிப்புச் செயல்பாடுகளைக் கற்றல்

கணிதத்துறையில் பட்டம் பெற்றிருந்தாலும் தமிழிலக்கியங்கள் மீது தணியாத ஆர்வமும் ஈடுபாடும் கொண்டிருந்த மு.அ., சென்னையில் தமிழ் இலக்கியக் கூட்டங்கள் எங்கு நடைபெற்றாலும் தவறாது கலந்துகொண்டு வந்துள்ளார். 1933-34 காலப்பகுதியில் சென்னை மயிலையில் வையாபுரிப்பிள்ளை சிவப்பிரகாசம் உரை வழங்குவதை அறிந்து அந்நிகழ்வுக்குச் சென்றிருக்கிறார். அவரிடம் தன்னை அறிமுகப்படுத்திக் கொண்டதுடன், அப்போது வையாபுரிப்பிள்ளை செய்துகொண்டிருந்த 'புறத்திரட்டு' நூலின் பதிப்புப் பணிக்குத் தானும் உதவுவதாகக் கூறி அப்பணியில் இணைந்து பணியாற்றத் தொடங்கினார். வையாபுரிப்பிள்ளையுடன் மு.அ.வுக்கு ஏற்பட்ட இந்தத் தொடர்பு அவர் வாழ்வில் மிகப்பெரிய திருப்புமுனையாய் அமைந்தது எனலாம். அரசுப்பணியில் இருந்துகொண்டே ஏறக்குறைய இரண்டாண்டுகள் புறத்திரட்டுப்பதிப்புப் பணியில் ஈடுபட்டு வந்துள்ளார். இப்பணியே மு.அ.வின் தமிழ்ப்பணியின் தொடக்கமாக அமைந்தது எனலாம். 'அச்சமயம் அவர்கள் (வையாபுரிப்பிள்ளை) புறத்திரட்டு என்ற தொகைநூல் ஆராய்ச்சி தொடங்கியிருந்தார். நானாக வலிந்து அவருக்கு உதவுவதாகச் சொல்லி தினமும் காலையில் மூன்று மணி நேரம், ஏறக்குறைய இரண்டு வருடகாலம், அவருடன் இந்த ஆராய்ச்சியில் கலந்து கொண்டிருந்தேன். எனது தமிழ்ப்புலமைக்கான பயிற்சி இதன் மூலமே தொடங்கிற்று' (குமரியும் காசியும், ப.165) என்கிறார் மு.அ. அரசுத்துறையில் சாதாரண ஊழியராகப் பணியாற்றிக்கொண்டிருந்த மு.அ.வைத் தமிழ் ஆய்வுச்சூழலுக்குள் நகர்த்தியது வையாபுரிப்பிள்ளையின் பதிப்புப்பணியும், அப்பணியில் மு.அ. தன்னை இணைத்துக் கொண்டதுமே எனத் துணியலாம். வையாபுரிப்பிள்ளையின் புறத்திரட்டு மட்டுமல்லாது தொடர்ந்து அடுத்தடுத்த நூற்பதிப்புகளுக்கும் மு.அ. உதவிசெய்துள்ளார்.

முழுமையாக இயக்கிய ஆளுமை

வையாபுரிப்பிள்ளையுடன் ஏற்பட்ட தொடர்பு மு.அ.வைப் பதிப்புப்பணி நோக்கி நகர்த்த, டி.கே.சி.யுடன் உண்டான நட்பு இலக்கியத்திற்குள் ரசனையைத் தேடக் கற்றுக்கொடுத்தது. 1937-38 காலப்பகுதியில் சென்னை தி.நகரில், மு.அ. குடியிருந்த வீட்டின் பக்கத்திலேயே டி.கே.சி. வந்து குடியமர்ந்தார். தமிழறிவைத் தேடித் தேடிப் பயணித்த மு.அ.வுக்குப் பக்கத்து வீட்டிலேயே குடிவந்த டி.கே.சி.யின் நட்பு, அவரின் இலக்கிய தாகத்துக்கு நீரை வார்த்தது. ஒவ்வொரு நாளும் டி.கே.சி.யின் இல்லத்திற்குச் சென்று அவர் கூறும் இலக்கியப் பாடல்களை ரசித்து ரசித்து அனுபவித்து, தமிழ் இலக்கியங்களின் மீதான ஈடுபாட்டை மு.அ. மேலும் வளர்த்துக் கொண்டார் டி.கே.சி.யின் ரசனை சார்ந்த அணுகுமுறையை உள்வாங்கிக்கொண்ட மு.அ., அந்த அடிப்படையிலேயே இலக்கியத்தை அணுகுவதும் இலக்கியத்தின் நயமான பகுதிகளைக் கட்டுரைகளாக இதழ்களில் எழுதுவதுமாகத் தொடக்கக் காலத்தில் செயல்பட்டு வந்தார். இலக்கியச் சுவைப்பில் மட்டுமே ஈடுபட்டிருந்ததால் தான், அவரது ஆரம்பகாலக் கட்டுரைகள் ஆய்வு நோக்கில் அமையாமல், கன்னிமான், நடந்த காவேரி, சாதிப்பலாப்பழம், ஒரு தும்மல், சிறு நெருஞ்சில், காதல், ஆராரோ என்று ரசனை அடிப்படையில் அமைந்துள்ளன.

அவரை முழுமையாக இயக்கிய ஆளுமையாக டி.கே.சி.யே இருந்துள்ளார் என அறியமுடிகிறது. தன் வாழ்க்கையை நெறிப்படுத்திய சான்றோர் சிலரைக் குறித்துக் ‘குமரியும் காசியும்’ என்னும் நூலில் பதிவு செய்துள்ள மு.அ., டி.கே.சி.யைக் குறித்து அந்நூலில் எதுவும் எழுதவில்லை. ‘டி.கே.சி. அவர்களைப் பற்றிய கட்டுரை ஒன்றுகூட இத்தொகுப்பில் இல்லை. என்னை அறிந்தவர்களுக்கு இது வியப்பாயிருக்கும். எனது வாழ்க்கையை உருவாக்கிய பெரியார் டி.கே.சி. அவர்கள். வாழ்க்கை முழுமையுமே கலந்து தம் வசப்படுத்தி இருந்தார்கள். இப்பெரியாரைப் பற்றி எழுத அச்சமுண்டாகிறது. எவ்வளவு, எப்படி எழுதினாலும் மனம் நிறைவுபெறாது என்ற அச்சத்தினால் எழுதவே முயலவில்லை (மேலது, ப.5) என்று அந்நூலின் முன்னுரையில் குறிப்பிட்டுள்ளார். மரியாதை கலந்த பக்தியுடன்தான், டி.கே.சி.யிடம் மு.அ. பழகியுள்ளார். அவர் கொண்டிருந்த பக்தியின் உச்சமாக, தன் ஒரே மகனுக்குச் சிதம்பரநாதன் என்ற அவரது பெயரையே சூட்டியுள்ளதும் குறிப்பிடத்தக்கது. இன்றும் டி.கே.சி.யின் கம்பீரமான புகைப்படம் அவரது வீட்டு நூலகத்தை அலங்கரித்துக் கொண்டிருக்கிறது.

ஞானியாரடிகள் தந்த சைவசித்தாந்த அறிவு

சைவ சித்தாந்த மகா சமாஜத்தைத் தோற்றுவித்தவர் ஞானியாரடிகள். சுவாமிகள் என்றே சைவசமய அடியவர்களால் அழைக்கப்பட்டவர். இவரது சமயச் சொற்பொழிவுகளையும் சைவ சித்தாந்த சாத்திரங்களை விளக்கும் உரைகளையும் கேட்கின்ற வாய்ப்பு கிடைப்பது, மிக அரிதாகக் கருதப்பட்ட 1930களில், அவற்றைத் தொடர்ந்து கேட்பதற்கான சூழலை மு.அ.வுக்குச் சென்னை வாழ்க்கை உருவாக்கித் தந்தது. இலக்கியச் சொற்பொழிவில் வையாபுரிப்பிள்ளையைச் சந்தித்தது போன்று ஒரு சமயச்சொற்பொழிவில் ஞானியாரடிகளைச் சந்தித்த மு.அ., தொடர்ந்து அவருடைய சமய வகுப்புகளுக்குச் சென்று சைவசமய சாத்திரங்களைப் புரிந்து கொள்வதற்கான பயிற்சியினைப் பெற்றுக்கொண்டார். பிற்காலத்தில், சைவ சமய நூல்கள் எழுதுதல், சைவ சித்தாந்த சாத்திர உரைகளைப் பதிப்பித்தல், ஆகமங்களை ஆராய்ச்சி செய்தல், எல்லாவற்றிற்கும் மேலாகக் காசிப் பல்கலைக் கழகத்தில் சைவசிந்தாந்தத் துறைத்தலைவராகப் பணியாற்றுதல் என்று தமிழ்ப்பணிக்கு இணையாகச் சைவசமயப்பணி ஆற்றுவதற்கு ஞானியாரடிகளிடம் பெற்றுக்கொண்ட சைவசமய சாத்திரப் பயிற்சி மு.அ.வுக்கு அடித்தளமாக அமைந்தது. ‘சுவாமிகள் நடத்திய சமயப் பாட வகுப்புகள் சிறப்பானவை, பாடங் கேட்டவர்களுக்கு அச்சிறு நூற்பயிற்சியானது (சித்தாந்த சாத்திரப் பாடம்) விரிந்து, சித்தாந்த சாத்திரப் பயிற்சிக்கு ஒரு முன்னுரையாக அமைந்திருந்தது. சைவ சித்தாந்த ரீதியாகத் தத்துவங்கள் பற்றிய திட்டமான அறிவு எங்களுக்கு ஏற்பட்டது மாத்திரமல்லாமல், சைவசித்தாந்த சாத்திரக் கருத்துகள் அனைத்தையும் மேற்போக்காக ஓரளவு உணரும் அறிவும் அப்போது ஏற்பட்டது. கேட்ட நாங்கள் வாழ்க்கையில் பிறகு அச்சமயத் தத்துவங்களை என்றுமே மறக்க வியலாது (மேலது, ப.187) என்று மு.அ. பதிவு செய்துள்ளார். சமயக்கொள்கைகளை மிக உறுதியாகக் கடைப்பிடித்து வாழும் சைவசமயக் குடும்பச்சூழல் மடங்களுடனான தொடர்புகள் இருந்தபோதிலும் இவரது சைவசமய ஆய்வுச் செயல்பாட்டுக்கான தூண்டுதலை ஏற்படுத்தியது ஞானியாரடிகளின் தொடர்பு எனலாம்..

தமிழில் முதுகலைப் பட்டம்

வையாபுரிப்பிள்ளையிடம் பெற்றுக்கொண்ட பதிப்பு அனுபவமும் பிற தமிழறிஞர்களுடன் ஏற்பட்ட நட்பும் தொடர்ச்சியான சந்திப்புகளும் தமிழ் இலக்கியப் பரப்பின்மீது பரந்த

வாசிப்பை நிகழ்த்த வேண்டும் என்ற உந்துதலையும் தமிழ்க்கல்வியாளராகத் தன்னை அடையாளப்படுத்திக் கொள்ளவேண்டும் என்ற முனைப்பையும் மு.அ.வுக்கு உருவாக்கியது. அதன் பயனாகச் சென்னைப் பல்கலைக்கழகத் தமிழ்த்துறைத் தலைவராக இருந்த பேராசிரியர் வையாபுரிப் பிள்ளையின் நேரடி மாணவராகவே முதுகலைத் தமிழிலக்கிய வகுப்பில் இணைந்து 1940இல் தமிழில் முதுகலைப் பட்டம் பெற்றார். இம்முதுகலைப் பாடத்தின் ஒருபகுதியாகத் தமிழ்மொழியில் வாய்மொழி இலக்கியம் (Popular poetry in the Tamil Language) என்ற தலைப்பில் இவர் ஆய்வு மேற்கொண்டார் என்பதும் அதுவே பின்னாளில் கதைப்பாடல் குறித்து விரிவான நூலை எழுதுவதற்கு அடிப்படையாக அமைந்தது என்பதும் குறிப்பிடத்தக்கது. இதே 1940ஆம் ஆண்டில் வையாபுரிப்பிள்ளையின் உதவியுடன் முக்கூடற்பள்ளு நூலையும் பதிப்பித்துத் தனது தனிப்பட்ட பதிப்புச் செயல்பாட்டையும் தொடங்கினார்.

பேராசிரியப் பணி

தமிழில் முதுகலைப் பட்டம், இதழ்களுக்குக் கட்டுரை எழுதுதல், முக்கூடற்பள்ளு பதிப்பு, சித்தாந்த சாத்திர உரைகள் பதிப்பு போன்ற செயல்பாடுகள் தமிழ்க்கல்வியாளர் என்பதோடு தமிழில் புலமைமிக்கவர் என்கிற முக்கிய அடையாளத்தையும் மு.அ.வுக்குத் தேடித் தந்தது. 1944 வரை சென்னையில் இருந்து வாய்மொழி இலக்கியங்கள், செவ்விலக்கியங்கள், தாம் சந்தித்துப் பழகிய ஆளுமைகள் குறித்தெல்லாம் சுவைபட இதழ்களுக்குத் தொடர்ச்சியாகக் கட்டுரைகள் எழுதிக்கொண்டிருந்த மு.அ.வுக்கு அவருடைய சைவசமயப் பின்புலம், சைவ மடங்களுடனான தொடர்பு, மும்மொழிப் புலமை, சைவசித்தாந்த சாத்திரக் கல்வி, தமிழில் முதுகலைப் பட்டம் போன்ற தகுதிகள் காரணமாக 1944இல் திருப்பனந்தாள் ~ காசி மடத்தின் அறக்கட்டளை இருக்கையில், காசி இந்து பல்கலைக்கழகத்தில், சைவ சித்தாந்தத் தத்துவவியல் மற்றும் தமிழ்ப் பேராசிரியராகப் பணியாற்றும் வாய்ப்பு கிடைத்தது. அப்பல்கலைக்கழகத்தின் அன்றைய துணைவேந்தராகப் பொறுப்பில் இருந்த டாக்டர் இராதாகிருஷ்ணன் அவர்களால் மு.அ. அப்பணியில் நியமிக்கப்பட்டார் என்பது குறிப்பிடத்தக்கது. இந்தப் பணி வாய்ப்பும் பணியிட மாற்றமும் புதிய சிந்தனைகளுக்கும் வாழ்க்கைக்கும் அவரை ஆற்றுப்படுத்தியது.

பேராசிரியப் பணி துறப்பும் ஆதாரக்கல்வி ஈர்ப்பும்

காசி இந்து பல்கலைக்கழகப் பேராசிரியராகப் பணியேற்று இரண்டாண்டுகள் சிறப்பாகச் செயல்பட்டு வந்த மு.அ.வை, அக்காலகட்டத்தில் அப்பகுதிகளில் தீவிர எழுச்சி பெற்றிருந்த காந்தியமும் காந்தியின் ஆதாரக்கல்வி பிரச்சாரங்களும் முழுமையாக ஆட்கொண்டன. இயல்பிலேயே காந்தியவாதியான மு.அ., காந்தியின் ஆதாரக்கல்வி, நிர்மாணத்திட்டம் போன்றவற்றால் ஈர்க்கப்பட்டு 1946இல் பல்கலைக்கழகப் பேராசிரியர் பணியிலிருந்து விலகி, மகாராஷ்டிர மாநிலத்தில் உள்ள வார்தாநகர், சேவாக்கிராமத்தில் இயங்கிக்கொண்டிருந்த ஹிந்துஸ்தான் தாலமி சங்கத்தில் இணைந்து, ஆதாரக்கல்விப் பயிற்சி நிறுவனங்கள் அமைப்பதற்கான பயிற்சியை முறையாகப் பெற்றார். இந்த அமைப்புடன் தொடர்பு கொண்டிருந்ததனால் ஆதாரக்கல்வி சார்ந்து இயங்கிய ஜாகீர் உசேன், வினோபாபாவே, ஆசாரியக் கிருபாளினி, ஜே.சி. குமரப்பா ஆகியோருடன் நெருங்கிப் பழகும் வாய்ப்பினையும் பெற்றார்.

'காசிப் பல்கலைக்கழகத்தில் கௌரவமான நிலையான பணி, பின்னாளில் இந்திய ஜனாதிபதியாகவும் அக்காலத்தில் அப்பாவின் துறைத்தலைவராகவும் விளங்கிய மேன்மை மிக்க திரு.இராதாகிருஷ்ணன் அவர்களுடன் நெருங்கிய தொடர்பு, குடும்பப் பொறுப்புக்களை முடித்து விட்டு, தான், தன் வீடு, தன் பணி என்றிருந்த நிம்மதியான சூழ்நிலையில் காந்தியக்கல்வி முறையால் ஈர்க்கப்பட்டு அத்தனையும் விட்டு அம்மாவின் மொழியில் சொல்வதானால் எல்லாரையும் தூக்கியெறிந்து விட்டு வார்தாவுக்குச் சென்றார்கள் (தமிழறிஞர் மு.அ. நூற்றாண்டு 1909-2009, ப.21)என்ற அவரது மகள் அன்னபூரணியின் பதிவு தன் குடும்பம், தன் பணி என்று குறுகிய சுயநல வட்டத்திற்குள் அடங்காத மு.அ.வின் பண்பை, தம் மனத்துக்குச் சரியெனப்பட்டதைத் துணிச்சலுடன் செய்யும் இயல்பை நமக்குக் காட்டுகிறது. காந்தியச் சிந்தனையாளர்களின் தொடர்பும், தாலமி சங்கத்தில் பெற்ற பயிற்சியும் இவரது வாழ்க்கைச் சூழலை முற்றிலுமாக மாற்றியது. இரண்டாண்டுகள் இப்பயிற்சியை முறையாகப் பெற்று, காந்தியத்தை அடிப்படையாகக் கொண்ட சமூகப்பணியில் முழுவதுமாய்த் தன்னை இணைத்துக்கொண்டார். தன்னுடைய பணியை உதறிவிட்டு சமூகப் பணியாற்றுவதற்கு அவரது வளமான குடும்பப் பின்புலம் அவருக்கு உறுதுணையாக நின்றது.

காந்தி வித்தியாலயம்

வார்தா நகரில் ஆதாரக்கல்விக்கான பயிற்சியைப் பெற்ற மு.அ., அக்கல்விமுறையைத் தன் சொந்தக் கிராமத்தில் செயல்படுத்தி, தன் கிராம மக்களை முன்னேற்ற வேண்டும் என்ற நோக்கில், திருச்சிற்றம்பலத்தில் ஆதாரக்கல்விச் சாலைகளை நிறுவினார். 'காந்தி வித்தியாலயம்' என்ற பெயரில் நடுநிலைப்பள்ளி, பெண்கள் உயர்நிலைப் பள்ளியை ஏற்படுத்தினார். பெண்கள் தங்கிப் படிக்க விடுதி, பெற்றோரை இழந்த குழந்தைகளுக்கு அனாதை இல்லம், ஆண்கள் பெண்களுக்கு ஆசிரியர் பயிற்சி சாலை என்று பல அமைப்புகளைத் தன் கிராமத்திலேயே தொடங்கி, ஏறக்குறைய 25 ஆண்டுகள் இக்கல்விப்பணியிலேயே தன்னை இணைத்துக் கொண்டார். திருச்சிற்றம்பலக் கிராமத்தினரும் அப்பகுதியைச் சுற்றி வாழும் மக்களும் கல்வி பெற்று இன்று நலமுடன் வாழ்வதற்கு மு.அ.வின் இம்முயற்சியே பெரிதும் காரணமாக அமைந்துள்ளதாகப் போற்றப்படுகிறது. மு.அ. தொடங்கிவைத்த இக்கல்விநிலையங்கள் தமிழக அரசின் பாடத்திட்டத்தின்கீழ் இன்றும் அவரது குடும்பத்தினரால் செயல்படுத்தப்பட்டு வருகின்றன. ஆதாரக்கல்வி என்பது புத்தகங்களை மையமாகக் கருதுகிற கல்வி முறையாக இல்லாமல், குழந்தையை மையமாகக் கருதிக் கல்வி வளர்க்கும் முறையாகும். அதற்கேற்ற வகையில் மாணவர்கள் தங்கள் உடலைப் பேண வேண்டுவதன் அவசியம், பாடசாலையில் ஏற்படும் நோய்கள், அவற்றை நீக்கும் மருத்துவமுறை, தோட்ட வேலையை ஆதாரமாகக் கொண்டு கல்வி பயிற்றுவது போன்ற செய்திகளை அடிப்படையாகக் கொண்டு தொடர்ச்சியாகப் பல ஆதாரக்கல்வி நூல்களை எழுதியுள்ளார்.

'மிகவும் பின்தங்கிய நிலையில் இருந்த திருச்சிற்றம்பலம் என்ற குக்கிராமம் ஒரு மாதிரிக் கிராமமாக மாற விதை ஊன்றப்பட்டது. ஆசிரியர் பயிற்சி பள்ளி, அதற்கேற்ற ஆரம்பப் பள்ளி, தொழிற்கூடம் என்று நிறுவனம் விரிவாக்கப்பட்டது. இதில் சாதிப்பாகுபாடு இன்றி பெரியண்ணாவுடன் நான், திரு.ஜெ.பாலசுந்தரம், திரு.ராமகிருஷ்ண ரெட்டியார் எல்லோரும் இணைந்து பணியாற்றினோம். வெறும் எட்டாவது அல்லது பள்ளி இறுதிப்படிப்பு முடித்த மிக எளிய குடும்ப வாரிசுகளுக்கு ஆசிரியர் பயிற்சி என்ற கனவு நனவாகி அரசுப்பணி என்ற கனி கிடைக்கக் காந்திவித்தியாலயம் ஆதாரக்கல்வி நிறுவனம் பெரிதும் உதவியது (மேலது, ப.9) என்று இவ்வமைப்பின் பணி குறித்து மு.அ.வுடன் இணைந்து பணியாற்றிய திரு. சோம. வெங்கடேசன்

குறிப்பிட்டுள்ளார். கடையனும் கடைத்தேற வேண்டும் என்ற காந்தியின் கனவை நனவாக்கும் முயற்சியில் தனது கிராமத்தையே தத்தெடுத்துக்கொண்டு சமூகத்தின் அடித்தட்டு மக்களின் உயர்வுக்காக மு.அ. பாடுபட்டுள்ளார். மேலும், தன் சொந்த வாழ்க்கையிலும் காந்தியின் எளிமையான வாழ்க்கை முறையையே பின்பற்றி வாழ்ந்துள்ளார். இறுதிவரை கதராடையையே உடுத்தியுள்ளார்.

ஆதாரக் கல்விப்பணியில் தீவிரமாகத் தன்னை இணைத்துக்கொண்டபோதும் மு.அ.வின் எழுத்துப்பணி தொடர்ந்துகொண்டேதான் இருந்தது. இக்கல்விப்பணியினூடே, இதழ்களுக்குக் கட்டுரை எழுதுதல், சுவடிகளைச் சேகரித்தல், நூல்கள் பதிப்பித்தல் போன்ற பணிகளும் அவ்வப்போது நிகழ்ந்தவண்ணம் இருந்தன. ஆனால், இக்காலப்பகுதியில் இதழ்களுக்கு எழுதிய கட்டுரைகள், இலக்கிய ரசனை சார்ந்து அமையாமல் குழந்தை நலன், ஆதாரக் கல்வி, ஆதாரக் கல்விக்கு அடிப்படையான தோட்டவேலை செய்தல் போன்ற பொருண்மை சார்ந்த கட்டுரைகளாக மாற்றம் பெற்றன. 'இந்தப் பன்னிரு ஆண்டுகளில் என்னுடைய எழுத்து பெரும்பான்மையும் குழந்தை பராமரிப்பு, காந்தியக் கல்வி முறை ஆகிய துறைகளில் சென்றிருக்கிறது (புத்தகமும் வித்தகமும், ப.1) என்று 1957இல் மு.அ.குறிப்பிட்டிருப்பதற்கேற்ப 1946 முதல் 1960 வரையிலான காலப்பகுதியில் காந்தியச் சிந்தனையை அடிப்படையாகக் கொண்டு மு.அ. எழுதிய ஏராளமான நூல்களையும் கட்டுரைகளையும் காண இயலுகிறது. 1969 முதல் 1977 வரையிலான காலப்பகுதியில், அவரை அடையாளப்படுத்திக் கொண்டிருக்கும் இலக்கிய வரலாற்று நூல்களையும் காந்தி வித்தியாலயம் வாயிலாகவே தொடர்ந்து வெளியிட்டு வந்துள்ளார்.

சித்தாந்தம் இதழாசிரியர்

1905ஆம் ஆண்டு தொடங்கப்பெற்ற சைவ சித்தாந்த மகா சமாஜம், சைவப் பணியும் தமிழ்ப்பணியும் தனது இரண்டு கண்களாகக் கொண்டு செயல்படத் தொடங்கியது. இந்த அமைப்பின் கொள்கைகளையும் சைவசமய சித்தாந்த சாத்திரங்களையும் விளக்குவதற்கெனச் 'சித்தாந்தம்' என்ற திங்கள் இதழ் 1912இல் தொடங்கப்பெற்றது. 'சித்தாந்தம் இதழானது சைவசித்தாந்தப் பெருநெறியின் கொள்கை வளர்ச்சிக்காகவே நடத்தப்பெறும் இதழ். சைவ சித்தாந்தப் பெருநெறியை விளக்கியும்,

எளிமைப்படுத்தியும் மக்கள் மனத்தில் ஏற்றமிகு சைவசித்தாந்தப் பெருவெளியை எந்த வகையான தொய்வும் தாமதமும் இன்றி வளர்த்து வந்த பெருமை சித்தாந்தம் இதழுக்கு உண்டு(சைவ சித்தாந்தப் பெருமன்ற வரலாறு, ப.88) சித்தாந்தம் இதழுக்கு இப்பெருமை இருந்தது போன்றே இப்பெருமையை ஏற்படுத்தியதில் மிகப்பெரிய பங்கு மு.அ.வுக்கும் உண்டு. இத்திங்கள் இதழின் ஆசிரியராக அதிக ஆண்டுகள் பணியாற்றியவர் என்ற பெருமைக்குரியவராக மு.அ. திகழ்கிறார்.

1963ஆம் ஆண்டு இதழாசிரியராகப் பொறுப்பேற்று 1971 வரை ஒன்பதாண்டுகளும் 1980 முதல் 1990 வரை 10 ஆண்டுகளும் ஆக 19 ஆண்டுகள் சித்தாந்தம் இதழ் ஆசிரியராக இருந்து தமிழ்ப் பணியையும் சைவப் பணியையும் ஒருங்கே ஆற்றியுள்ளார். ஒவ்வொரு இதழிலும் தலவரலாறு எழுதுவதை ஒரு செயல்பாடாகவே கொண்டிருந்தார். தான் ஆய்ந்து கூறிய கருத்துக்கு மறுப்புரைகள் வரும்போது அதையும் தவறாமல் தம் இதழில் வெளியிடும் பத்திரிகை அறத்தை மேற்கொண்டவராக இருந்துள்ளார்.

நிறுவனம் சார்ந்த செயல்பாடுகள்

1970களில் இலக்கிய வரலாற்றுப்பணியில் முனைப்போடு ஈடுபட்டிருந்த மு.அ.வுக்கு, 1974இல் ராஜா சர் முத்தையா செட்டியாரால் தொடங்கப்பட்ட தமிழ் சமஸ்கிருதம் மற்றும் பன்மொழி ஆராய்ச்சி நிறுவனத்தின் முதல் இயக்குநராக அந்நிறுவனம் தொடங்கப்பட்ட அதே ஆண்டில் பொறுப்பேற்கும் வாய்ப்பு தேடிவந்தது. இந்நிறுவனத்தின் இயக்குநராக ஐந்தாண்டுகள் பொறுப்பு வகித்து, ஏராளமான ஆய்வரங்குகளை நடத்தியுள்ளார். அந்நிறுவனம் சார்ந்த இதழ்களில் தொடர்ந்து ஆய்வுக்கட்டுரைகளையும் எழுதி வெளியிட்டுள்ளார்.

1981ஆம் ஆண்டில், மதுரையில் நடைபெற்ற ஐந்தாம் உலகத்தமிழ் மாநாட்டு ஆய்வுக் கட்டுரைகளைப் பதிப்பிக்கும் பணியில் முதன்மைப் பதிப்பாசிரியராகப் பணியமர்த்தப்பட்டு அம்மாநாட்டு ஆய்வுக்கோவையை மூன்று தொகுதிகளாக வெளிக்கொணர்ந்துள்ளார். 1983ஆம் ஆண்டு தஞ்சைத் தமிழ்ப் பல்கலைக்கழகத்தின் பேரகராதித் துறையில் முதன்மைப் பதிப்பாசிரியராக நியமிக்கப்பட்டார். 1986 வரை அப்பணியில் ஈடுபட்டிருந்த மு.அ., பணி நிறைவடையும் முன்னரே அப்பல்கலைக் கழகத் துணைவேந்தருடன் ஏற்பட்ட சில கருத்து வேறுபாடுகள்

காரணமாக 1986இல் அப்பணியிலிருந்து விலகியுள்ளார். இதற்குப் பின் மு.அ. எந்த நிறுவனப் பணியிலும் ஈடுபடவில்லை.

அயராத பணிக்கு அணி சேர்த்த விருதுகள்

1932 தொடங்கி 1990 வரை, தமிழ்ப்பணியிலும் சமூகப்பணியிலும் தொடர்ந்து ஈடுபட்டு வந்த மு.அ., புகழ்ச்சி, பாராட்டு, விருது போன்ற எதையும் விரும்பாத அல்லது எதிர்பார்க்காத மனிதராகவே வாழ்ந்துள்ளார்.

* அவர் எழுதிய முதியோர் கல்விக்கான நான்கு நூல்களுக்குச் சென்னை அரசு 1949இல் பரிசுத் தொகை அளித்துக் கௌரவித்துள்ளது.

* 'காய்கறித்தோட்டம்' என்ற நூலுக்குச் சென்னை அரசு 1948இல் பரிசுத்தொகை அளித்துச் சிறப்பித்துள்ளது.

* தமிழ் இலக்கிய வரலாற்றின் ஒரு தொகுதிக்கு 1973இல் தமிழக அரசின் பரிசு கிடைத்துள்ளது. அதே ஆண்டிலேயே சைவசமயம் சார்ந்த நூல்களுக்கும் தமிழக அரசின் பரிசு கிடைத்துள்ளது.

* மதுரைக் காமராசர் பல்கலைக்கழகம் 1981இல் இவருக்குத் 'தமிழ்ப் பேரவைச் செம்மல்' என்ற உயரிய விருதை வழங்கிக் கௌரவித்துள்ளது.

* 1991இல் தஞ்சைத் தமிழ்ப் பல்கலைக்கழகம் இவரது பணியைப் பாராட்டிச் சிறப்பிக்கும் வகையில் முதுமுனைவர் பட்டத்தை வழங்கிப் பெருமைப்படுத்தியுள்ளது.

இறுதிவரை தமிழ்ப்பணி

1970களில், இலக்கிய வரலாற்றாய்விலும் கால ஆராய்ச்சியிலும் ஈடுபட்டிருந்த மு.அ.வுக்கு ஆய்வின் எல்லைகளும் அவற்றுக்கான தேடல்களும் விரிவடைந்துகொண்டே சென்றன. தன் வாழ்நாளின் இறுதிவரை எழுதிக்கொண்டே இருந்தார். 1990ஆம் ஆண்டில் தனது 81ஆவது வயதில் கூட அவர் இரண்டு நூல்கள் எழுதி வெளியிட்டுள்ளார். அதன் பின் உடல் நலமின்றி இருந்த மு.அ., 1992ஆம் ஆண்டு நவம்பர் மாதம் 23ஆம் நாள், தனது சொந்தக் கிராமமான திருச்சிற்றம்பலத்தில் தனது வீட்டிலேயே இயற்கை எய்தினார். 'முதுமையில் அவர்கள் நோய்வாய்ப்பட்ட

போதுகூட அம்மாவுக்கு அவர்கள் சொன்னது இன்னும் காதில் ஒலிக்கிறது. நான் என் மூளையிலிருந்து புத்தகத்தில் இறக்கிவைக்க வேண்டிய சமாச்சாரத்துக்கு இன்னும் இருபது ஆண்டுகள் பிடிக்கும். அதற்குள் எனக்கு எதுவும் ஆகாது. கவலைப்படாதே (தமிழறிஞர் மு.அ. நூற்றாண்டு 1909-2009, ப.25) என்று தம் இறுதிக்காலத்தில் நம்பிக்கை தெரிவித்திருக்கிறார். இன்னும் பல நூல்களை எழுத நினைத்த மு.அ.வின் உள்ளக் கிடக்கையை இது வெளிப்படுத்துகிறது. அவரது வீட்டு நூலகத்தில் குவிந்து கிடக்கும் கையெழுத்துப்பிரதிகள், ஓலைச் சுவடியிலிருந்து பிரதி செய்யப்பட்ட காகிதப்பிரதிகள், மற்றும் நூற்றாண்டு இலக்கிய வரலாற்றுக்கான குறிப்புகள் போன்றன மு.அ.வின் இக்கருத்துக்குச் சான்று பகர்கின்றன.

தம் இலக்கிய வரலாற்றுப் பணிக்கான ஆதாரங்கள் அனைத்தையும் தன் நூலகத்திலிருந்தே பெற்றுக்கொள்ளும் அளவுக்கு 15,000க்கும் மேற்பட்ட நூல்கள், சுவடிகள் மற்றும் இதழ்த்தொகுப்புகள் அடங்கிய களஞ்சியமாக அவருடைய நூலகம் திகழ்ந்திருந்தது. அவரது நூலகத்தில் இருந்த நூல்கள் மற்றும் ஓலைச்சுவடிகளின் பெயர்களைப் பேராசிரியர்கள் வீ.அரசு, உல.பாலசுப்பிரமணியன் ஆகியோர் இணைந்து பதிப்பித்த திருச்சிற்றம்பல அருணாசலனார் நூற்றாண்டு மலரில் தொகுத்தளித்துள்ளனர். மு.அ.வின் நூலகத்தில் இருந்த 150க்கும் மேற்பட்ட ஓலைச்சுவடிகள் அவரது மறைவுக்குப் பின், பாதுகாப்பு கருதி, 2009இல் சென்னை உ.வே.சா. நூல் நிலையத்திற்கும் இவர் சேகரித்து வைத்திருந்த அறுபது ஆண்டுகால நூல் சேகரிப்புகளில் 8000 நூல்கள் 2012ஆம் ஆண்டு ஜீலை மாதம் சென்னையில் உள்ள ரோஜா முத்தையா ஆய்வு நூலகத்திற்கும் அவரது மகன் திரு.அ.சிதம்பரநாதன் அவர்களால் வழங்கப்பட்டுள்ளன

2. மு.அருணாசலனார் எழுதிய நூல்கள்

> அருணாசலனார் தமிழ்நடை காலத்துக்கும் உரியது. அஃது இக்காலத் தமிழ்த்தாள்களில் இடம்பெறப்பெறத் தமிழ் விடுதலையடைந்து ஆக்கம் பெறும் என்பது எனது உட்கிடக்கை
> - (திரு.வி.க., திரு.வி.க. வாழ்க்கைக் குறிப்புகள், ப.168)

கட்டுரைத் தொகுப்புகள்

'எமக்குத் தொழில் கவிதை' என்று பாரதி கூறியது போல் 'எமக்குத் தொழில் கட்டுரை' என்னும்படியாக 1930களின் இறுதி தொடங்கிப் பல்வேறு இதழ்களில் தொடர்ச்சியாகக் கட்டுரைகளை எழுதி வந்துள்ளார் மு.அ. வாய்மொழி மற்றும் செவ்விலக்கிய வாசிப்பனுபவங்களைச் சமகால வாழ்வியலுடன் பொருத்திச் சுவைபட எழுதப்பட்ட இவரது கட்டுரைகளின் நடையும் எடுத்துரைப்பியலும் இன்றைய தலைமுறையினருக்கும் அவ்வனுபவத்தைக் கடத்தக்கூடியனவாகப் புத்தியல்போடு அமைந்துள்ளன. இலக்கியக் கட்டுரைகள் மட்டுமின்றி சைவசமயம், ஆதாரக்கல்வி, தோட்டவேலை, காந்தியம், அறிஞர்களுடன் பழகிய அனுபவங்கள், வாழ்வியல் சிந்தனைகள், நூல் மதிப்புரைகள், சுவடிவழி பெற்ற செய்திகள், வரலாற்று ஆதாரங்கள், கல்வெட்டுச் சான்றுகள், மொழியியல் சிந்தனைகள், குழந்தைப் பராமரிப்பு போன்ற பொருண்மைகளில், அப்பொருண்மை சார்ந்து வெளிவரும் இதழ்களில் தொடர்ந்து கட்டுரைகள் எழுதிவந்துள்ளார்.

தமிழ்முரசு, வசந்தம், அணிகலம், குமரன், சக்தி, குமரிமலர், மஞ்சரி, சித்தாந்தம், தமிழ்ப்பொழில், மங்கை, செந்தமிழ், மணிக்கொடி, சர்வோதயம் போன்ற இதழ்களில் 300க்கும் மேற்பட்ட கட்டுரைகளை எழுதியுள்ளார். வசந்தம் என்ற இதழ்த் தொகுப்பின் சிறப்பு குறித்துப் பழ.அதியமான் கூறுகையில், 'வசந்தம் நீண்ட காலம் வீச முடிந்ததற்கு ஆர்.கே. சண்முகம் செட்டியாரின் பொருளாதாரப் பின்னணி காரணம். கவிதை, கட்டுரை, சிறுகதை, பிறமொழி கதை, நாடகம் என்பதாகத் தொகுப்பு அமைந்துள்ளது. கே.சி.எஸ். அருணாசலம் கவிதைக்கு மாதிரி, கட்டுரைக்கு அடையாளம் மு.அருணாசலம், கதைக்குப் பூவாளுர் சுந்தரராமன், பிறமொழிக் கதைக்கு மாஸ்தி வெங்கடேச ஐயங்கார் என்றால் வசந்தத்தின் படைப்புகளின் தரத்தைப், போக்கை வாசகர்கள் புரிந்து கொள்ள முடியும் (தமிழ்நூல் தொகுப்பு வரலாறு, ப.146) எனக் குறிப்பிடுகின்றார். ஒரு இதழின் தரத்தை மதிப்பிடுவதற்கான காரணிகளுள் ஒன்றாக மு.அ.வின் கட்டுரைகள்

அமைந்திருந்தமையை அறிய இயலுகிறது. மு.அ. தாம் இதழ்களில் எழுதிய கட்டுரைகளைத் தொகுத்து நூல்களாக வெளியிட்டுள்ளார். இதழ்களில் வராமல் ஒரு குறிப்பிட்ட பொருண்மையில் எழுதப்பட்ட கட்டுரை நூல்கள் தம் சொந்த வெளியீடாகவும் பிற நிறுவன அமைப்புகளின் வெளியீடாகவும் வெளிவந்துள்ளன.

1. காற்றிலே மிதந்த கவிதை
2. தாலாட்டு இலக்கியம்
3. புத்தகமும் வித்தகமும்
4. குமரியும் காசியும்
5. யான் பெற்ற இன்பம்
6. நிழலருமை வெய்யிலிலே
7. இன்றைய தமிழ் வசனநடை
8. சொற்சுவை
9. நான் கண்ட வினோபா
10. உணவுப்பஞ்சம்
11. உலோகங்களும் நாமும்
12. தமிழ்இலக்கியம் சொல்லும் கதைகள்
13. Education in Ancient TamilNadu
14. Festivals of Tamilnadu

இவற்றுள் 'காற்றிலே மிதந்த கவிதை' வாய்மொழி இலக்கியங்களைப் பற்றிய கட்டுரைகளின் தொகுப்பு. தமிழ் நாட்டுப்புறப் பாடல்கள் தொகுப்பின் முதல் நூலாக இந்நூலே சுட்டப்படுகிறது. நாட்டார் வழக்காற்றியல் எனும் துறை கவனம் பெறாத, 1940களில் வாய்மொழி பாடல்களைத் தொகுக்கும் முயற்சியின் முன்னோடியாக மு.அ. திகழ்ந்துள்ளார். 'தாலாட்டு இலக்கியம்' 'யான் பெற்ற இன்பம்' நூல்களிலும் வாய்மொழி இலக்கியங்களைக் கற்பித வருணனையுடன் அணுகி எழுதப்பட்ட கட்டுரைகள் இடம்பெற்றுள்ளன.

'யான் பெற்ற இன்பம்' என்னும் நூலுக்குத் திரு.வி.க. கொடுத்துள்ள அணிந்துரையில், 'இந்நூல் சில எழுத்தோவியங்களின் விரிவைக் காட்டுவது. எழுத்தோவியம் சுருக்கம், விரிவுரை அதன் பெருக்கம், பெருக்கம் பற்றினால் அது தன்னைப் பற்றுவோரைத் தனது முதலாகிய சுருக்கத்தில் கொண்டு போய்ச் சேர்க்கும். இந்நூலில் அப்பெற்றியைக் காணலாம். இந்நூலை யான் படிக்கப்புகுந்த போது என் கருத்து அதன் சொல்லிலோ சொற்றொடரிலோ பிற அமைப்புகளிலோ

செல்லவில்லை. பொருளே என்னை விழுங்கிற்று. இது நூலாசிரியரின் திறம் எழுத்தோவியர்க்கு இந்நூல் விருந்தாகும் என்று நம்புகிறேன் (யான் பெற்ற இன்பம், ப.1) எனப் பாராட்டியுள்ளார்.

திருக்காளத்தி தொடங்கி தென் குமரியின் திருக்குற்றாலம் வரை நேரிலும் கற்பனையிலும் கண்ட காட்சிகளை 'நிழலருமை வெய்யிலிலே' நூலிலும் குமரி முதல் காசி வரை கண்டு பழகிய உ.வே.சா., திரு.வி.க., பண்டித மாளவியா, தேசிக விநாயகம் பிள்ளை, வினோபா, வையாபுரிப்பிள்ளை, ஞானியார் சுவாமிகள் ஆகிய பெரியோர்களைக் குறித்து 'குமரியும் காசியும்' நூலிலும் சேவாகிராமத்தில் வினோபாவுடன் பழகிய அனுபவங்களை 'நான் கண்ட வினோபா' நூலிலும் தேர்ந்தெடுக்கப்பட்ட சில சொற்களின் பிறப்பு, செய்யுள் வழக்கிலும் உலகியல் வழக்கிலும் அவை உணர்த்துகின்ற பொருள்களைக் குறித்துச் 'சொற்சுவை' நூலிலும் விளக்கியுள்ளார்.

சாகித்ய அகாதமி வெளியீடாக 1984இல் வெளிவந்துள்ள 'தமிழ்இலக்கியம் சொல்லும் கதைகள்' எழுபத்தொரு கதைகளின் தொகுப்பாக அமைந்துள்ளது. ஏழு பகுதிகளாகப் பிரிக்கப்பட்டுள்ள இத்தொகுப்பில் பன்னிரண்டு சங்க நூல் கதைகளும் பதிமூன்று காப்பியக் கதைகளும் பதினைந்து சிவனடியார் கதைகளும் பதினொரு திருமால் அடியவர் கதைகளும் ஐந்து திருவிளையாடற்புராண கதைகளும் ஏழு தமிழ்ப் புலவர்களைப் பற்றிய கதைகளும் எட்டு கதைப்பாடற் கதைகளும் தொகுக்கப்பட்டுள்ளன.

இதழ்களில் வந்த கட்டுரைகளின் தொகுப்புகளாக அல்லாமல் தனித் தலைப்புகளிலும் கட்டுரைகளை எழுதி நூல்களாக வெளியிட்டுள்ளார். உலோகங்கள் பற்றிய நூல் எதுவும் தமிழில் இல்லை எனும் குறையைப் போக்க எழுதப்பட்ட நூல் 'உலோகங்களும் நாமும்' இரும்பு, செம்பு, தங்கம், அலுமினியம், வெள்ளி முதலான உலோகங்கள் பற்றியும் உலோகத்தொழில் முறையைப் பற்றியும் ஆங்கில நூல்களின் சாரமாக எழுதப்பட்ட நூலாக அமைந்துள்ளது. 1946இல் ஏற்பட்ட உணவுப்பஞ்சத்திற்கான காரணம், பின்புலம், உணவு ஏற்றுமதி, பாசனநீர்வசதி, உணவு உற்பத்தியைப் பெருக்குதல் போன்ற பொருண்மைகளில் தமிழ்நாட்டில் மட்டுமல்லாமல் உலக அளவில் ஏற்பட்ட அக்கால மாற்றங்களையும் 'உணவுப்பஞ்சம்' நூல் ஆதாரங்களுடன்

விவாதிக்கிறது. 'Education in Ancient TamilNadu' எனும் நூல் பழந்தமிழகக் கல்வி வரலாற்றைப் பற்றி பேசுகிறது. முற்கால பல்கலைக்கழகங்கள், மதுரைத் தமிழ்ச்சங்கங்கள், அக்கால ஆசிரியர்கள்-பெற்றோர்கள்-மாணவர்கள் உறவுநிலை, கல்வியின் குறிக்கோள், உடற்கல்வி, பெண்களுக்கான கல்வி ஆகியன தனித்தனித் தலைப்புகளில் பேசப்பட்டுள்ளன.

தமிழகத் திருவிழாக்களைச் சமூகத் திருவிழாக்கள், சமயத் திருவிழாக்கள், இலக்கியத் திருவிழாக்கள், தேசியத் திருவிழாக்கள் என்று வகைப்படுத்தி பெருந்தெய்வ வழிபாட்டை அடிப்படையாகக் கொண்ட விழாக்களை 'Festivals of Tamilnadu' என்னும் நூலில் எழுதியிருக்கிறார். சமூகவியல் ஆய்வுகளோ கல்வெட்டியல், நாட்டார் வழக்காற்றியல், இனவரைவியல் போன்ற கருவி நூல் வளர்ச்சிக்குத் துணை செய்யும் துறைகளோ வளர்ச்சி பெறாத ஒரு காலகட்டத்தில் அரை நூற்றாண்டிற்கு முன்னர் திருவிழாக்கள் குறித்த இந்த நூலை அவர் எழுதியுள்ளார் என்பது இந்த நூலிற்கான முதல்மரியாதை ஆகும் என்று தொ.பரமசிவன் (திருச்சிற்றம்பல அருணாசலனார் நூற்றாண்டு மலர், ப.69) பாராட்டியிருப்பினும் நாட்டார் தெய்வங்களை நிராகரித்திருக்கும் ஆசிரியரின் திருவிழா குறித்த பொதுகருத்து சமகால ஆய்வுச்சூழலில் பொருத்தமில்லாதது என்கிற எதிர்மறை விமர்சனத்தையும் வைத்துள்ளார்.

இலக்கிய வரலாற்று நூல்கள்

மு.அ. ஒரு பன்முக ஆளுமையாக இருந்தாலும் அவரைத் தமிழுலகில் அடையாளப்படுத்திக் கொண்டிருப்பன அவரது நூற்றாண்டு வரிசையிலமைந்த இலக்கிய வரலாற்று நூல்களே. இலக்கிய வரலாற்றாசிரியருக்கு இருக்க வேண்டிய இலக்கிய அறிவும் வரலாற்றறிவும் வாய்க்கப்பெற்றிருந்த மு.அ., ஆராய்ச்சி அணுகுமுறையுடன் கூடிய பதினொரு தமிழ் இலக்கிய வரலாற்றுத் தொகுதிகளை எழுதிப், பிற இலக்கிய வரலாற்றாசிரியர்களிலிருந்து தனித்துவம் பெற்றுத் திகழ்கிறார். இலக்கிய வரலாறு என்பது வெறும் தகவல்களின் தொகுப்பாகவோ, ஆசிரியர்களின் குறிப்பாகவோ அமையாமல் ஆராய்ச்சி முறையில் அமைய வேண்டும் என்பதில் மிகக் கவனமாகச் செயல்பட்டுள்ளார். 1969 முதல் 1977 காலப்பகுதியில் (1974ஆம் ஆண்டு தவிர), தொடர்ச்சியாக ஒன்பதாம் நூற்றாண்டு முதல் பதினாறாம் நூற்றாண்டு வரையிலான எட்டு நூற்றாண்டுகளின் தமிழ் இலக்கிய

வரலாற்றைக் கால ஆராய்ச்சியோடும் நூல் ஆராய்ச்சியோடும் எழுதி வெளியிட்டுள்ளார்.

'An Introduction to the History of Tamil literature' என்னும் தலைப்பில் 366 பக்கங்கள் கொண்ட தமிழ் இலக்கிய வரலாற்று அறிமுக நூலை 1974இல் ஆங்கிலத்தில் எழுதி வெளியிட்டுள்ளார். இருபது நூற்றாண்டுக்கும் மேலான தமிழ் இலக்கிய வரலாற்றைச் சுருக்கமாகவும் அறிமுக நிலையிலும் ஆங்கில வாசிப்பாளர்களுக்கு உணர்த்த வேண்டும் என்ற நோக்கத்தின் அடிப்படையில், தொடக்கக் காலத்திலிருந்து இருபதாம் நூற்றாண்டின் நடுப்பகுதி வரை இதில் பதிவு செய்துள்ளார்.

இந்நூலைத் தொடர்ந்து 1981இல் 'A primer of Tamil Literature' என்ற நூலை எழுதி வெளியிட்டுள்ளார். தமிழ் இலக்கிய வரலாற்றுப் பரப்பினை மிக எளிமையாகத் தெரிவிக்கின்ற இந்நூல், சங்ககாலம் முதல் தற்காலம் வரையிலான காலப்பகுதியை 5 கட்டங்களாகப் பிரித்துக் காலவரையறையை அடிப்படையாகக் கொண்டு எழுதப்பட்டுள்ளது. ஒன்பதாம் நூற்றாண்டு வரை முன்னோக்கி வரலாறு எழுதிச் சென்றவர், அந்த நூற்றாண்டுக்கு முன்னர் எழுந்த இலக்கியங்களை எவ்வாறு அணுகியிருப்பார் என்பதை இந்நூல் வழி கண்டு கொள்ள இயலுகிறது

புலவர் வரலாற்று நூல்கள்

இலக்கிய வரலாற்று நூல்களில் மு.அ. பின்பற்றிய செல்நெறிகளுள் ஒன்று, சிறப்புடைய புலவர்களின் வரலாற்றை விரித்து எழுதுதல் என்பதாகும். ஒரு குறிப்பிட்ட நூற்றாண்டில் தமிழுலகம் நன்கு அறிந்த புலவர் இடம்பெற்றிருப்பின், அந்நூற்றாண்டு நூலின் ஒரு அத்தியாயத்திற்கு 'இலக்கிய ஆசிரியர்' என்று தலைப்பிட்டு அப்புலவர் குறித்த ஒரு விரிவான ஆராய்ச்சி மேற்கொள்ளப்பட்டிருக்கும். இலக்கிய வரலாற்று நூல்களில் இடம்பெற்றிருந்த புலவர்கள் வரலாற்றைத் தம் நண்பர்கள் கேட்டுக்கொண்டதற்கிணங்க அவற்றைத் தனி நூலாக வெளியிடும் முயற்சியினை மு.அ. மேற்கொண்டார். 'தமிழ்ப் புலவர் வரலாறு' என்ற தலைப்பின் வரிசையில் அந்நூல்களைத் தொடர்ந்து வெளியிட்டார்.

1. செயங்கொண்டார்
2. சேக்கிழார்
3. ஒட்டக்கூத்தர்

4. அடியார்க்கு நல்லார்
5. திவாகரர்
6. திருஞானசம்பந்தர்
7. திருக்குருகைப் பெருமாள் கவிராயர்
8. தென்காசிப் பாண்டியர்

ஆகிய நூல்கள் இலக்கிய வரலாற்றின் பகுதியாக அமைந்த புலவர் வரலாறுகள். இவை எந்த மாற்றமுமின்றி இலக்கிய வரலாற்று நூல்களில் உள்ளவாறே தனிநூல்களாக வெளியிடப்பட்டுள்ளன. இவை மட்டுமன்றி, இதுவரை எழுதப்பட்ட இலக்கிய வரலாற்று நூல்களில் இடம்பெறாமல், ஆனால், இனிமேல் எழுதப்போகும் இலக்கிய வரலாற்று நூல்களின் ஒரு பகுதியாக இடம்பெறும் என்ற நோக்கத்தின் அடிப்படையில்,

1. நம்மாழ்வார்
2. குமரகுருபர சுவாமிகள்

ஆகியோரது வரலாறுகளும் நூல்களாக வெளிவந்துள்ளன. குமரகுருபர சுவாமிகள் நூலைக் குறித்து மு.அ. கூறுகையில், இப்போது வெளியாகின்ற இந்தக் குமரகுருபரர் வரலாறு என்பது, யாம் இருபது ஆண்டுகளாக எழுதி வெளியிட்டு வருகின்ற பெரிய திட்டமான தமிழ் இலக்கிய நூற்றாண்டு முறை என்ற வரலாற்று வரிசையில் 17ஆம் நூற்றாண்டின் முதற் பாகத்திற்குரிய தொடக்கப் பகுதியாகும்(குமரகுருபர சுவாமிகள், ப.1) என்றும், நம்மாழ்வார் நூலின் முகவுரையில், இது எம்முடைய இலக்கிய வரலாற்றில் 9ஆம் நூற்றாண்டுக்கு உரிய 2ஆம் பகுதி ஆகும் (நம்மாழ்வார், ப.1) என்றும் கூறியுள்ளார். மு.அ. எழுதி வெளியிட்ட இறுதி நூல்களாக இந்த இரண்டு புலவர் வரலாற்று நூல்களே கிடைக்கின்றன.

ஆதாரக்கல்விக்கான நூல்கள்

காந்தியடிகளின் ஆதாரக்கல்வித் திட்டத்தால் ஈர்க்கப்பட்ட மு.அ., ஹிந்துஸ்தான் தாலமி சங்கத்தில் இணைந்து, ஆதாரக்கல்விப் பயிற்சி சாலைகள் அமைப்பதற்கான பயிற்சியினைப் பெற்றுள்ளார். இப்பயிற்சியானது, இயல்பிலேயே காந்தியவாதியான அவரது வாழ்வில் பெரும் மாற்றத்தை ஏற்படுத்தியுள்ளது. இப்பயிற்சியினால் பெற்ற அறிவை நடைமுறைப்படுத்தும் பொருட்டு தன் சொந்த ஊரான திருச்சிற்றம்பலத்திற்கு வந்து ஆதாரக்கல்விக்கான கல்வி நிலையங்களைத் தொடங்கினார். பயிர்த்தொழிலே உயிர்த்

தொழிலாய்க் கொண்டு வாழும் தமிழ்மக்களின் கல்வித்திட்டத்திலும் பயிர்த்தொழில் சார்ந்த கருத்துகளே பிரதானமாக இடம்பெற வேண்டும் என்பதை வலியுறுத்தினார். 1950களில் ஆதாரக்கல்வி போதிக்கும் ஆசிரியர்களுக்கு அக்கல்வி முறை குறித்த விளக்க நூலாகப் பல நூல்களை எழுதியுள்ளார்.

1. ஆதாரக் கல்வி என்றால் என்ன?
2. கிராம நிர்மாணத் திட்டம்
3. முதல் வகுப்பு ஆசிரியர்
4. தம்பி உனது தோல்
5. தம்பி உனது பல்
6. களை
7. பாடசாலை நோய்கள்
8. தோட்ட வேலை ஆசிரியர்
9. ஆதாரக் கல்விக்குச் சோதனை
10. ஈ
11. வயற்கரை
12. என்ன உண்பது
13. நோயற்ற வாழ்வு

ஆதாரக்கல்வி என்றால் என்ன, அவற்றின் அடிப்படைத் தத்துவங்கள், பின்பற்ற வேண்டிய ஒழுங்குகள், கட்டுப்பாடுகள், செயல்முறைகள், அக்கல்விமுறையில் தொடர்ச்சியாக ஏற்பட்ட மாற்றங்கள், உடல் உறுப்புகளைப் பேணல், பாடசாலை நோய்கள் ஆகியன இந்நூல்களில் விரிவாக விளக்கப்பட்டுள்ளன. இவற்றை ஆதாரக்கல்விக்கான வாசக நூல் வரிசை 1, 2, 3 என்று குறிப்பிட்டு வரிசையாக வெளியிட்டுள்ளார்.

தோட்டக்கலை நூல்கள்

'எவரும் தாமே ஒன்றைச் செய்து பார்த்துத் தம் அனுபவத்தை வெளியிட்டதாகிய நூல் இன்று தமிழில் இல்லை. செய்து பார்ப்பவன் எழுதுபவர் அல்லர். எழுதுபவர் செய்யத் தெரியாதவர். கையில் பேனா பிடிப்பாரேயன்றி மண்வெட்டி பிடித்தறியாதவர். ஆனால், நான் இரண்டும் பிடித்தறிந்தவன் (பூஞ்செடிகள், ப.2) என்று தம்மைப் பற்றிக் குறிப்பிடும் மு.அ, தாம் தோட்டவேலையில் பெற்ற அனுபவங்களை,

1. காய்கறித் தோட்டம்   2. பழத்தோட்டம்
3. பூஞ்செடிகள்   4. வாழைத்தோட்டம்

ஆகிய நூல்களாக எழுதியுள்ளார். 'தமிழிலக்கியம், கட்டுரை என்ற மாத்திரத்திலே வேறெந்த பொருளுக்கும் அங்கே இடமில்லை என்ற கருத்து ஒன்று. இரண்டாவது தமிழ் படித்தவனென்றால் செடி கொடிகளைப் பற்றி பேசுவதோ எழுதுவதோ அல்லது தெரிந்து கொள்வதோ வேண்டாத காரியம், தமிழுக்குக் கௌரவக் குறைவான காரியம் என்ற கருத்து மற்றொன்று (காய்கறித் தோட்டம், ப.1) என்று சமூகத்தில் எழுத்தும் விவசாயமும் ஒன்றுக்கொன்று முரணானது என்ற சிந்தனை வலுவாகக் கால்கொண்டிருப்பதைச் சுட்டிக்காட்டி, 'இந்த அபிப்ராயம் தவறானது, தமிழர் முன்னேற்றத்துக்கும் தமிழர் வளர்ச்சிக்கும் பெரிதும் கேடானது என்பதைச் சொல்ல வேண்டியதில்லை. பிறநாட்டு நல்வழிச் சாத்திரங்கள் தமிழ் மொழியில் கொணர்தல் வேண்டுவது தான். ஆனால், நம் நாட்டுத் தொழில் முறைகளை விளக்கும் நூல்கள் வேண்டாம் என்பதுண்டா? இல்லை. பயிர்த்தொழிலே தனது செல்வமாகக் கொண்டுள்ள நம் தமிழ்நாட்டில் பயிர்த்தொழில் முறைகளைப் பலவகையிலும் விளக்கும் பல நூல்கள் வெளிவருதல் வேண்டும் (மேலது, ப.2) என்று இந்நூல்கள் எழுதப்பட வேண்டும் என்பதன் தேவையையும் வலியுறுத்தியுள்ளார்.

காய்கறித்தோட்டம் 1945இல் வெளிவந்து 1958க்குள் மூன்று பதிப்புகளைக் கண்டிருக்கிறது. ஹிந்து, தினமணி, தினசரி, சுதேமித்திரன், ஆனந்த விகடன், கல்கி போன்ற பத்திரிகைகள் இந்நூலைப் பாராட்டி மதிப்புரை எழுதியுள்ளன. இந்நூலுக்குத் தமிழக அரசின் பரிசு கிடைத்துள்ளதும் குறிப்பிடத்தக்கது. 'இப்புத்தகத்தின் ஆசிரியர் மு. அருணாசலம் இளமை முதலே செடி கொடிப் பைத்தியம் பிடித்தவர். ஏழு வருடம் தானாகவே தோட்ட வேலை செய்து பூந்தோட்டம், பழத்தோட்டம், காய்கறித் தோட்டம் ஆகிய அனைத்தையும் சொந்தமாகவே போட்டுப் பார்த்தவர். இப்புத்தகம் தோட்டமிடுகிறவர் ஒவ்வொருவரிடமும் அவசியம் இருக்க வேண்டியது (பழத்தோட்டம், பின்னட்டைக் குறிப்பு) என்று சுதேசமித்திரன் இந்நூலைப் பாராட்டிக் கூறியுள்ளது. 1950இல் வெளிவந்த 'பூஞ்செடிகள்' என்ற நூல் வெறும் தோட்டக்கலை சார்ந்த நூலாக இல்லாமல், தமிழ் இலக்கியம் கூறும் பூ வகைகளை ஆய்ந்து விளக்கித் தமிழ் இலக்கியமும் தாவர இலக்கியமும் கலந்த நூலாக அமைந்துள்ளது. குறிஞ்சிப்பாட்டில் கபிலர் கூறும் 99 மலர்களில் 62 மலர்கள் இன்னதென ஆராய்ந்து வெளியிட்டிருக்கிறார். மேலும், இந்நூலில் மொத்தம் 135 மலர் பெயர்களையும் கண்டறிந்து குறிப்பிட்டுள்ளார்.

சைவசமய நூல்கள்

பிறப்பால் சைவரான இவர், சைவசமயக் கோட்பாடுகளில் ஆழமான அறிவும் அழுத்தமான ஈடுபாடும் கொண்டவர். தருமபுரம் ஆதீனத்திடமும் திருப்பனந்தாள் மடாதிபதியிடமும் நெருக்கமான ஈடுபாடு கொண்டிருந்தவர். தம் வாழ்நாளின் இறுதியில் தீக்கை பெற்று வழிபாடு மேற்கொண்டவர். சைவ சித்தாந்த மகா சமாஜத்துடன் 1935 முதல் நெருக்கம் கொண்டிருந்தவர். ஞானியார் அடிகளின் நட்பினால் மயிலம் மாநாட்டில் இளைஞர் பேரவைத் தலைவராகப் பேசியவர். தமிழ்நாடு அரசின் கோயில்கள் குறித்த பல குழுக்களில் பங்கு பெற்றவர். எத்துறை சார்ந்து எழுதினாலும் அவரது எழுத்துகளில், சைவசமயக் கருத்தாடல்களும் சொல்லாடல்களும் மிக இயல்பாக இடம்பெறுவதைக் காணமுடிகிறது. தான் சார்ந்திருந்த சைவசமயத்தைத் தன் புலமைத்தளங்களில் ஒன்றாகவே மு.அ. அமைத்துக் கொண்டிருந்தார் எனலாம்.

சைவ சமயம் சார்ந்து இவர் எழுதிய நூல்கள் அச்சமயத்தின் அடிப்படைச் செய்திகள் முதற்கொண்டு சமயத் தத்துவங்கள் அனைத்தையும் அலசி ஆராய்ந்து எழுதப்பட்டுள்ளன. இப்பொருண்மையில் இவர் எழுதிய நூல்கள் பெரும்பாலும் ஆங்கிலத்தில் அமைந்துள்ளன. சர்வோதயம், சித்தாந்தா போன்ற ஆங்கில இதழ்களில் எழுதப்பட்ட கட்டுரைகளின் தொகுப்பாகவும் அமைந்துள்ளன.

1. சைவ சமயம்
2. சைவ சித்தாந்த சிறுநூல்கள்
3. திருவாசகக் குறிப்புகள்
4. Women saints of Tamil Nadu
5. The Saivagamas
6. Saiva Saints
7. Harijan Saints of Tamil Nadu
8. Outlines of Saivism
9. Peeps into the cultural Heritage of Hinduism
10. Gurugnana sambandar

ஆகியன சைவசமயம், சைவ சித்தாந்தம், சைவ அடியார்கள், சைவ அடியார்களில் தாழ்த்தப்பட்டோர், சைவ அடியார்களில் பெண்கள், இந்துமதத்தின் பண்பாட்டு மரபுகள் சார்ந்த நூல்களாக அமைந்துள்ளன. Peeps into Tamil Culture 1, 2, 3, 4... என்னும்

வரிசையில் இந்நூல்களை எழுதியுள்ளார். ஆகமங்கள் என்பன யாவை? சிவாச்சாரியர்கள் என்பவர்கள் யார்? தமிழில் அர்ச்சனை செய்வதை, இறைச் சடங்குகள் நடத்துவதை ஆகமங்கள் தடை செய்துள்ளதா? சிவாலய வழிபாட்டில் பிராமணர்கள் பங்குகொள்ளலாமா? வடமொழியைப் பயன்படுத்தலாமா? போன்ற வினாக்களுக்கு வடமொழி ஆகமங்கள் கொண்டே தெளிவான விளக்கங்களை எடுத்து வைத்துள்ளார்.

'சமஸ்கிருதத்தைத் தேவபாஷை என்று கூறுகின்றனர். சமஸ்கிருதம் மூலமே இறைவழிபாடு முதலியன செய்யப்பட வேண்டும் என்றும் சொல்கின்றனர். இன்று மக்களை மூடியிருந்த தவறான இருள் விலகுகிறது. நாம் தமிழும் ஒரு தேவபாஷையே என்று உறுதிபடச் சொல்லலாம். அது மட்டுமன்றித் தமிழ் வடமொழியைத் தனக்குத் துணையாகவோ வேலை செய்யும் தோழியாகவோ வைத்துக் கொள்ளலாம். முன்பும் இவ்வாறே தமிழர்கள் வடமொழியைப் பயன்படுத்தியுள்ளனர். நாம் வடமொழியைப் புகழலாம்; பணி கொள்ளலாம் என்றாலும் இது நம் தாய்மொழியை அழுத்துவதற்கும் அழிப்பதற்கும் என்றாகி விடக்கூடாது (The Saivagamas, Preface, p.x.) என்கிற மொழிச் சிந்தனையோடு சைவசமய வழிபாடுகள் குறித்த ஒட்டுமொத்தப் புரிதலை ஏற்படுத்தும் விதத்தில் அமைந்துள்ள இந்நூல்கள் வடமொழி, பிராமணீயம் ஆகியவற்றிற்கு எதிர்நிலையில் சைவசமயக் கோட்பாடுகள் வரையறுக்கப்பட்டுள்ளதை ஆகமங்கள்வழி நிறுவுவதுடன், சைவக் கருத்தியலைக் காந்தியக் கருத்தியலுடன் இணைத்து வைத்தும் பேசுகின்றன.

'சைவ சித்தாந்தச் சிறுநூல்கள் - சிறு ஆராய்ச்சிக் குறிப்பு' என்ற நூல் 1966ஆம் ஆண்டுசைவ சித்தாந்த மகாசமாஜச் செயலாளர் நாராயணசாமி நாயுடு மணிவிழா மலராக வெளியிடப்பட்டது. சைவசித்தாந்த சாத்திர நூல்களைக் கற்பதற்கு முன்னதாகக் கட்டளைகளைப் பயில வேண்டும் என்பது சைவர்களுக்கான நெறி. கட்டளை என்பது ஒரு சமயப்பொருளை மட்டும் வரையறைப்படுத்தித் தெளிவுபெற உரைக்கும் சிறுநூல்கள். இக்கருவி நூல்களின் வளம் எத்தகையது என்பதை எதிர்வரும் தலைமுறையினர் அறிந்துகொள்ளவேண்டும் என்ற நோக்கில் இந்நூல் தொகுக்கப்பெற்றுள்ளது.

காலம் செல்லச் செல்ல இன்றுள்ள அறிவும் மறைந்து போகும் என்ற அச்சம் எழுகின்றது. ஆகவே இன்று தெரிந்த

நூல்களையேனும் ஓரிடத்தில் குறித்து வைத்தால் பின்வருவோருக்குப் பயன்விளையும் என்ற எண்ணத்தில் இக்குறிப்புகள் தற்போது தொகுக்கப்பெற்றன (சைவ சித்தாந்தச் சிறுநூல்கள், முன்னுரை) என்று இந்நூல் தொகுத்ததற்கான காரணத்தை மு.அ. குறித்துள்ளார்.

திருவாசகக் குறிப்புகள்' என்னும் நூல், திருவாசகத்தின் பல்வேறு சுவடிகளைத் தேடிக் கண்டறிந்து, பாடவேறுபாடுகளை ஒப்பிட்டுக்காட்டிச் சரியான பாடம் எது என்பதை ஆராய்ந்து தெளிவுப்படுத்தும் நூலாக அமைந்துள்ளது. ஆராய்ச்சி அறிஞர்களுக்கு விருந்தாகவும் ஆய்வு செய்ய முனைவோர்க்கு எப்படி ஆய்வு மேற்கொள்ளவேண்டும் என்று நெறிகாட்டும் நூலாகவும் திருவாசகக் குறிப்புகள் விளங்குகிறது (தெ.ஞானசுந்தரம், திருச்சிற்றம்பல அருணாசலனார் நூற்றாண்டு மலர்,ப.54.)என்று இந்நூல் மதிப்பிடப்பட்டுள்ளது.

தனிநூல்களாக எழுதப்பட்டவை மட்டுமன்றித் தனது நூற்றாண்டு இலக்கிய வரலாற்று நூல்களிலும் சைவசமய நூல்களை மிக விரிவாக ஆய்வுக்குட்படுத்தியுள்ளார். 'சைவ சமயத்தின் அடிப்படைகளைப் பற்றி எழுதுதல், சைவ சமயத்தைத் தமிழ்ச் சமூக வரலாற்றின் அடையாளமாகக் கட்டமைத்து எழுதுதல் என்னும் இரு தளங்களில் சைவசமயப் புலமைச் செயல்பாடு செயல்பட்டது' (வீ. அரசு, ரோஜா முத்தையா நூலகத்தில் மு. அருணாசலம் அவர்களின் நூல் சேகரிப்புகள், ரோஜா முத்தையா காலாண்டிதழ், ஜனவரி 2012.), ((மு. அருணாசலம், 'சைவத்தின் மேல் சமயமில்லை' என்ற கோட்பாட்டுடனே எந்த நூலையும் பார்க்கிறவர்) (சு. வேங்கடராமன், அறியப்படாத தமிழ் இலக்கிய வரலாறு, ப.36.) என்னும் கருத்துகள் மு.அ.வின் சைவ சமயச் செயல்பாட்டையும் ஈடுபாட்டையும் தெற்றெனப் புலப்படுத்துகின்றன.

ஆய்வுரைகள் நூல்களாக

மு.அ. இதழ்களில் எழுதிய தொடக்க கால எழுத்துகள் இலக்கிய ரசனை சார்ந்து எழுதப்பட்டனவாகக் காணப்பட்டாலும் இதே காலக்கட்டத்திலேயே இவர் பதிப்பித்த முக்கூடற்பள்ளு நூலில் அந்நூல் குறித்து விரிவான ஆராய்ச்சி செய்து நீண்ட முன்னுரை எழுதியிருப்பதையும் காணமுடிகிறது.

பிற்காலத்தில் வெளிவந்த இவருடைய இலக்கிய வரலாற்று நூல்களும் புலவர் வரலாற்று நூல்களும் ஆய்வு நூல்களே

எனினும் பல்கலைக்கழகங்களிலும் பிற கல்விப்புலங்களிலும் இவர் ஆற்றிய ஆய்வுரைகள் மட்டுமே தனி நூல்களாக ஆக்கம் பெற்று வெளிவந்துள்ளன. பல்கலைக்கழகச் சொற்பொழிவுகள் அந்தந்தப் பல்கலைக்கழகங்கள் வாயிலாக நூலாக்கம் செய்யப்பட்டு வெளியிடப்பட்டுள்ளன. அவ்வாறு வெளிவந்த ஆய்வு நூல்களாக

1. திருவிசைப்பா - திருப்பல்லாண்டு
2. இளம்பூரணர்
3. The Kalabras in the Pandiya Country
4. Ballad Poetry

ஆகியவற்றைக் குறிப்பிடலாம். 1971இல் சென்னைப் பல்கலைக்கழகத் தமிழ்த்துறை சார்பில் நடைபெற்ற திருமதி சொர்ணம்மாள் அறக்கட்டளைச் சொற்பொழிவில் ‘ஒன்பதாம் திருமுறை, திருவிசைப்பா, திருப்பல்லாண்டு’ (பாவும் பயின்ற நிலையும்) என்ற தலைப்பில் மூன்று நாட்கள் சொற்பொழிவாற்றி யுள்ளார். இந்தச் சொற்பொழிவு ‘திருவிசைப்பா - திருப்பல்லாண்டு’ எனும் நூலாக வெளிவந்துள்ளது. இதே அறக்கட்டளைச் சொற்பொழிவு 1978இல் அண்ணாமலைப் பல்கலைக்கழகத் தமிழ்த்துறையில் நடைபெற்றபோது ‘இளம்பூரணர்’ என்ற தலைப்பில் உரையாற்றியுள்ளார். இவ்வுரையும் ‘இளம்பூரணர்’ எனும் நூலாக வெளியிடப்பட்டுள்ளது. இளம்பூரணர் வரலாறு, உரைத்திறன், இலக்கிய மரபுக்கு அவர் செய்துள்ள பங்களிப்புகள் ஆகியன இதில் விரிவாக ஆராயப்பட்டுள்ளன. சென்னைப் பல்கலைக்கழக வரலாற்றுத்துறை நடத்திய சங்கர பார்வதி அறக்கட்டளைச் சொற்பொழிவில் ‘The Kalabhras’ என்ற தலைப்பில் ஆங்கிலத்தில் உரையாற்றியுள்ளார். சென்னைப் பல்கலைக்கழக வெளியீடாக 1979இல் வந்த இந்நூலில் தமிழ் இலக்கிய வரலாற்றில் இருண்டகாலம் என அழைக்கப்பட்ட களப்பிரர் காலத்தை இலக்கியங்கள், இலக்கண நூல்கள், கல்வெட்டுகள், செப்பேடுகள், மொழியியல், வரலாறு, தத்துவம் ஆகியவற்றைத் தரவுகளாகக் கொண்டு இக்காலகட்டத்தின் இருண்மையை நீக்கி வரலாற்றுத் தொடர்ச்சியைத் தெளிவுபடுத்தியுள்ளார். 1974இல் சென்னைப் பல்கலைக்கழக மரபுசார் பண்பாட்டுப் புலத்தின் (Institute of Traditional Cultures) அன்றைய இயக்குநராக இருந்த கே.கே. பிள்ளையின் அழைப்பிற்கிணங்கி அங்கு நிகழ்த்திய உரையின் விரிவையே ‘Ballad Poetry’ என்ற நூலாக 1976இல் காந்தி வித்தியாலயம் மூலம் வெளியிட்டுள்ளார். கதைப்பாடல்களின் தோற்றம், புனையப்படும் விதம், வரலாறு, கதைப்பாடல்களின்

வகைகள், பதிப்புச்செய்திகள், கதைப்பாடல்கள் சமூகத்தில் ஏற்படுத்தியிருக்கும் தாக்கங்கள், தமிழ் இலக்கிய வரலாற்றுக் கட்டமைவுக்குக் கதைப்பாடல்களையும் கவனத்தில் கொள்ளவேண்டிய தேவை ஆகியன பற்றி விரிவாக ஆராய்ந்துள்ளார்.

தமிழிசை நூல்கள்

கர்நாடக சங்கீதத்தின் ஆதிமும்மூர்த்திகள் என்று மூவரை அடையாளம் காட்டித், தமிழிலும் ஆங்கிலத்திலும் முறையே தியாகராய நகர், ஆழ்வார்பேட்டை சர்.சி.வி. இராமசாமி ஐயர் நிறுவனத்தில் ஆற்றிய உரையின் விரிவு,

1. கருநாடகச் சங்கீதம் தமிழிசை - ஆதி மும்மூர்த்திகள்
2. Musical Tradition of Tamil Nadu

ஆகிய நூல்களாக வெளிவந்துள்ளன. இவ்விருநூல்கள் அவர் வாழ்ந்த காலத்திலேயே வெளியிடப்பட்டன. மு.அ.வின் மறைவுக்குப் பின் 17 ஆண்டுகள் கழித்து 2009ஆம் ஆண்டில், அவரது நூற்றாண்டு விழாவில், அவர் வீட்டில் கையெழுத்துப் பிரதியாக இருந்த இரண்டு இசை வரலாற்று நூல்கள் மதுரை அமெரிக்கன் கல்லூரிப் பேராசிரியர் திரு. உல.பாலசுப்பிரமணியம் அவர்களால் பதிப்பித்து வெளியிடப்பட்டன. அவை,

1. தமிழ் இசை இலக்கிய வரலாறு
2. தமிழ் இசை இலக்கண வரலாறு

நான் சங்கீத வித்வானல்லன் சங்கீதம் தெரியாது. பயின்றதுமில்லை. ஆயினும் நல்ல சங்கீதத்தைக் கேட்டு நன்கு உருகக்கூடியவன். டி.கே.சி. என்ற இலக்கிய மேதையோடு பழகிய பழக்கத்தாலும் பிடில் சீனிவாச ஐயர் என்ற சங்கீத மேதையோடு பழகிய பழக்கத்தாலும் சில திட்டமான கருத்துகளைக் கொண்டிருக்கிறேன் (தமிழ் இசை இலக்கிய வரலாறு, முகவுரை, ப.13.) என்று தன் இசைப் பின்புலத்தைக் குறிப்பிடும் மு.அ., 1400 பக்க அளவிலான மாபெரும் இவ்வரலாற்று நூல்களை எழுதி இசைத்துறைக்கு அரிய பங்களிப்பை நல்கியுள்ளார்.

மொழிபெயர்ப்பு நூல்கள்

தமிழ், ஆங்கிலம், வடமொழி என்னும் மும்மொழிப் புலமை படைத்த மு.அ. மொழிபெயர்ப்புப் பணியிலும் ஈடுபட்டுள்ளார்.

1930இல் சாதாரண அரசு ஊழியராகப் பணியாற்றிக்கொண்டிருந்த மு.அ., 1940இல் துணை மொழிபெயர்ப்பாளர் பணிக்கு மாற்றப்பட்டுள்ளார். மொழிபெயர்ப்புத் துறையில் பணியாற்றிய காரணத்தினால் பின்னாளில் நூல்களை மொழிபெயர்ப்பது இவருக்கு மிக எளிதாகக் கைவரப் பெற்றிருந்தது.

'ஆங்கிலத்திலிருந்து மொழிபெயர்ப்பதென்றால் வார்த்தைக்கு வார்த்தை தமிழைப் பெய்து நிரப்பி விடுவது மொழிபெயர்ப்பாகாது. முதல்நூலின் கருத்து பிறழாமல், தமிழிலே தமிழ்மரபு சிறிதும் வழுவாமல் சொல்வதே சரியான மொழிபெயர்ப்பு. மூலத்திலுள்ள ஒரு சொல்லுக்குத் தமிழிலே பத்துச் சொற்களைப் போட வேண்டியிருக்கலாம். அல்லது பத்துச் சொல்லுக்கு ஒரு சொல்லைப் போட வேண்டியிருக்கலாம். வாக்கியங்களை முன் பின்னாகவும் தலை கீழாகவும் மாற்ற வேண்டியிருக்கலாம். அப்படி மாற்றுவதால் ஒன்றும் கெட்டு விடாது. முதல்நூலிலுள்ள அனைத்தையும் பொருள் மாறுபடாமல் தமிழில் சொல்லிவிட்டால் அது தான் சரியான மொழிபெயர்ப்பு' (பழத்தோட்டம், முன்னுரை, ப.4.) என்று மொழிபெயர்ப்பு எப்படிச் செய்யப்பட வேண்டும் என்று நெறிப்படுத்தியிருப்பதுடன் தானும் இந்நெறிகளைப் பின்பற்றியே மொழிபெயர்த்துள்ளார். 1940களில் 'சக்தி' இதழில், ரஷ்ய நாட்டுக் கதைகள் தமிழில் மொழிபெயர்க்கப்பட்டுத் தொடர்ச்சியாக வெளியிடப்பட்டன. அக்கதைகளின் மொழிபெயர்ப்புப் பிரதிகளைச் சரிபார்க்கும் குழுவிலும் மு.அ. இருந்துள்ளார். தமிழிலும் ஆங்கிலத்திலும் பல்துறை பொருண்மை சார்ந்து மு.அ. எழுதியிருப்பினும் ஆதாரக்கல்விக்கான நூல்களையே பெருமளவு தமிழில் மொழிபெயர்த்துள்ளதைக் காணமுடிகிறது.

1. ஆசாரியக் கிருபாளினியின் இன்றைய பேச்சு ஆதாரக் கல்வி
2. காந்தியடிகளின் கல்வியில் வேண்டும் புரட்சி
3. ஆசார்யா வினோபா பாவே எழுதிய சுயராஜ்ய சாஸ்திரம்
4. ஜெனரல் ஆம்ஸ்ட்ராங் எழுதிய வாழ்க்கைக்கான கல்வி
5. காந்தியடிகளின் நிர்மாணத் திட்டம்

என்பன மட்டுமன்றி மேலும், பல ஆதாரக்கல்விக்கான நூல்கள் மொழிபெயர்க்கப்பட்டதற்கான குறிப்புகள் கிடைக்கின்றன. திருச்செந்தூர் கந்தர்கலிவெண்பா என்னும் நூலைத் தமிழிலிருந்து ஆங்கிலத்திற்கு மொழிபெயர்த்துள்ளார்.

3. இன்றைய தமிழ் வசனநடை நூல்: சில விவாதங்கள்

> மு.அருணாசலம் அவர்கள் இக்காலத்துத் தமிழ் வசன நடையை மதிப்புரை செய்து ஒரு நூல் எழுதினார். அந்தப் புத்தகம் வெளியானதோ இல்லையோ, கூவம் நதியே தீப்பிடித்து எரிந்தது என்று சொல்ல வேண்டும்!- (மீ.ப.சோமு, பறை-1990, வே.மு. பொதியவெற்பன் (தொ.ஆ.), ப.85.

*1940*களில் தினமணி காரியாலயம், வரிசையாகப் பல நூல்களை வெளியிடும் திட்டத்தைத் தொடங்கியது. பி.ஸ்ரீ. அவர்களைப் பதிப்பாசிரியராகக் கொண்டு மலிவு விலையில் வெளிவந்த இந்நூல்களின் வரிசையில் *29*ஆவது வெளியீடாக வந்த நூல் மு.அ.வின் 'இன்றைய தமிழ் வசன நடை'. 'இன்றைய தமிழ் வசனத்தைக் குறித்து எழுதியுள்ள இந்தப் புத்தகம் பொதுவாய்த் தமிழ் வசன நடையைப் பற்றியதாகும். ஆனால் இது வசன நடையைப் பற்றிய ஆராய்ச்சியுமல்ல, வசன நடையின் சரித்திரமுமல்ல. எளிமையும் தெளிவும் இவற்றால் பிறக்கும் நற்பயனுமே தமிழ் வசன நடைக்கு இன்று முதன்மையானவை என்ற கருத்தோடு பலவித நடைகள் இப்புத்தகத்தினுள் சீர்தூக்கி பார்க்கப்பெற்றுள்ளன'. (இன்றைய தமிழ் வசனநடை, ப.*5*) என்று இந்நூல் பற்றிய அறிமுகத்துடன் முகவுரையைத் தொடங்கும் மு.அ., 'எழுதுவோர் படிப்போர் என்ற இரண்டு சாதியினருள்ளும் எழுதுவோர் ஒருவேளை என்னை ஒப்புக்கொள்ளாவிட்டாலும் படிப்போருக்காவது என் கருத்துக்களில் அனுதாபம் இருக்கும்', 'யாரையும் எவ்விதமாகவும் குறை கூறும் நோக்கமோ தாக்கும் எண்ணமோ எனக்குச் சிறிதும் இல்லை' (மேலது, ப.*7*) 'இன்று நம்மிடையே இருந்து பேசியும் எழுதியும் வருபவர்களைப் பற்றி சொல்வது மிகவும் கஷ்டம். பலருடைய விருப்பு வெறுப்புக்கள் என்னைத் தாக்கும் என்பதில் சந்தேகம் இல்லை' (மேலது, ப.*129*) போன்ற பீடிகையுடனும் சர்ச்சைக்குரிய எதிர்வினைகள் கட்டாயம் வரும் என்கிற புரிதலுடனுமே நூலைத் தொடர்ந்து எழுதிச் செல்கிறார்.

புதுமையும் பழமையும், பழந்தமிழ்நடை, புதுத்தமிழ் நடை, மொழிபெயர்ப்பு நடை, நல்ல நடை, எழுத வேண்டிய நடை ஆகிய தலைப்புகளில் தமிழ் பண்டிதர்களின் நடையை, மறுமலர்ச்சி எழுத்தாளர்களின் நடையை விமர்சித்து எழுதிய இந்நூலை

அவர்களுக்கே சமர்ப்பித்துச் சர்ச்சைக்கான தூண்டுதலை நூலின் தொடக்கத்திலேயே அமைத்துவிடுகிறார் மு.அ.

எழுத்தாளர்களை அரசியல் குழாம், புலவர் குழாம், மறுமலர்ச்சி குழாம் என்று மூன்றாகப் பிரித்துக் கொள்கிறார். சென்ற நூற்றாண்டின் தொடக்கத்தில் தோன்றிய அரசியல் கட்சிகள் தங்கள் பிரச்சாரத்திற்கென்று தொடங்கிய பத்திரிகைகளில் எழுதிய நடையை முதலில் விமர்சிக்கிறார் 'தமிழிலே பத்திரிகை நடத்த வேண்டும் என்ற ஊக்கம் பிறந்து விட்டால் போதுமா நடத்துவதற்குத் தமிழ் தெரிந்தவர்கள் வேண்டாமா இவர்கள் வசன நடையில் மொழிக்குரிய அழகும் நயமும் வேகமும் உணர்ச்சியும் ஓட்டமும் குறைவு தான். அப்படியானால் இவர்கள் தமிழை நடை என்று எப்படி சொல்ல முடியும்' (மேலது, ப.22) என்ற கேள்வி கேட்டுவிட்டுப் பின் தமிழ்ப் புலவர்கள் மற்றும் தமிழாசிரியர்கள் பக்கம் வருகிறார். 'நாட்டிலே ஏற்பட்ட அரசியல் கொந்தளிப்புகள் சமுதாயக் கிளர்ச்சிகள் முதலிய முற்போக்குக்கான எழுச்சிகள் எதனோடும் இவர்களுக்குத் தொடர்பில்லை, தங்களுக்குத் தமிழ் தெரியும் என்பது இவர்கள் நினைப்பு, முன்னர் குறிப்பிட்ட பத்திரிகைக்காரர்கள் தமிழ் தெரியாமல் திண்டாடிய காலத்தில் இவர்கள் தங்கள் வாயில் கதவுக்கு இரட்டை தாழ்ப்பாள் போட்டுக் கொண்டு உள்ளேயே இருந்து விட்டார்கள்.' (மேலது, ப.23) என்றும் 'நன்னூல் முதலாய பன்னூலையும் கடை போக கற்றும் கை வராத தமிழை எந்நாளும் கற்றிராத பத்திரிகைக்காரரோ அரசியல்வாதியோ வளர்க்க முற்படுவதும் அதற்குத் தொண்டு செய்ய கருதுவதும் எத்துணை பேதைமை' (மேலது, ப.25) என்றும் பத்திரிகைகாரர்களையும் தமிழாசிரியர்களையும் ஒரு சேரக் கிண்டல் செய்கிறார்.

அடுத்து மறுமலர்ச்சிக் குழுவினரின் நடையை விமர்சிக்கத் தொடங்குகிறார். 'தமிழ்ப் புலவர்களுடைய பாராமுகம் காரணமாக புதிதாய் ஒரு கூட்டம் ஏற்பட்டுவிட்டது. இதற்குத் தமிழ் மறுமலர்ச்சிக் குழாம் என்று பெயர் சொல்லலாம். பொதுவாக இது மறுமலர்ச்சி பற்றி அவ்வளவாக சிந்தனை செய்யாவிட்டாலும் பழமையை அழித்துவிட வேண்டும் என்ற நோக்கத்தை அடிப்படையாகக் கொண்டிருக்கிறது' என்றும் 'தமிழ் இலக்கியப் பண்பை இவர்கள் அறியாமையால் இவர்கள் எழுத்திலே இலக்கியச் சுவை எழுவதற்கு வழியே இல்லை. அன்றி நடை எளிது விளங்கும் என்று சொன்னால் அந்த நடையில் விளங்கிக் கொள்வதற்கு சரக்கே இல்லை' (மேலது,

ப.25) என்று நூல் முழுதும் மறுமலர்ச்சி எழுத்தாளர்களின் நடையைக் கடுமையாக விமர்சித்துக் கொண்டே செல்கிறார்.

பழந்தமிழ் நடைக்குக் கடுந்தமிழ், பண்டிதத்தமிழ், தேர்வடத் தமிழ், நிகண்டுத் தமிழ், எதுகை மோனைத் தமிழ், பாட்டுத் தமிழ், வடமொழித் தமிழ், மணிப்பிரவாளம், தனித்தமிழ், சர்க்கார் தமிழ், பாதிரித் தமிழ் என்றும் புதுத்தமிழ் நடைக்கு மறுமலர்ச்சித் தமிழ், சொக்குந் தமிழ், மின்னல் சிலம்பத் தமிழ், துள்ளல் தமிழ், சூறாவளித்தமிழ், ஹாஸ்யத் தமிழ், ஆண் ஜாதித் தமிழ், அம்மாமித் தமிழ் என்றெல்லாம் நையாண்டியும் கிண்டலும் செய்யும் வகையில் பெயரிட்டு அதை விளக்குவதற்கேற்ற வகையில் ஆசிரியர் பெயர் குறிப்பிடாமல் பல்வேறு நூல்களிலிருந்து வாய்ப்பான பத்திகளையெடுத்து கிண்டலும் கேலியும் நிறைந்த எதிர்மறையான விமர்சனங்களையே தொடர்ந்து வைக்கிறார். இவ்வாறு மறுமலர்ச்சி எழுத்தாளர்கள் மீது இவர் வைத்த விமர்சனங்கள் ஒருபுறம் இருக்க, ஐந்து எழுத்தாளர்கள் பெயர்களை மட்டும் குறிப்பிட்டுக் காட்டி அவர்களே சிறந்த உயிர்த்துடிப்பான நடையை எழுதக் கூடியவர்கள் என்று சுட்டியது அன்றைய மறுமலர்ச்சி எழுத்தாளர்களுக்கு எரிகிற நெருப்பில் எண்ணெய் ஊற்றுவது போல் அமைந்துவிட்டது எனலாம்.

‘இன்று நம்மிடையே இருந்து பேசியும் எழுதியும் வருபவர்களைப் பற்றி சொல்வது மிகவும் கஷ்டம். பலருடைய விருப்பு வெறுப்புக்கள் என்னைத் தாக்கும் என்பதில் சந்தேகம் இல்லை’ என்று முன் அறிந்தே வசன நடை கைவந்த வல்லாளர்களாக நால்வர் பெயரை மட்டும் சுட்டுகிறார். ‘திரு. வி. கலியாணசுந்தர முதலியார்; அவரிடம் சிறிது காலம் உதவி ஆசிரியர்களாக இருந்த வெ. சாமிநாதசர்மா; ரா. கிருஷ்ணமூர்த்தி; தமிழில் தமக்கென்று ஒரு நடையையும் போக்கையும் படைத்துக் கொண்டு பலருக்கு எழுத்திலும் படிப்பிலும் வாழ்க்கையிலும் வழிகாட்டியாய் உள்ள டி.கே.சிதம்பரநாத முதலியார்’ (மேலது, ப.129) என்கிற நால்வரின் நடைக்கும் சான்று காட்டி விதந்தோதுகிறார்.

கல்கியின் நடையை உயிர்த்தத்துவம் நிறைந்த துடிப்புக்கு உதாரணமாக்குகிறார். வெ.சாமிநாதசர்மாவின் பாணியை எழுத்தாளர்கள் கற்றுக்கொள்ள வேண்டும் என்கிறார். திரு.வி.க. நடையில் விஷயம், தெளிவு, உணர்ச்சி, விரைவு, ஓட்டம், உண்மை அனைத்தும் பொருந்தியிருப்பதாக வியக்கிறார். டி.கே.சி.யின்

நடையைக் குறித்து 'அவருடைய நடை என்று தனியாக ஒன்று இல்லை. அவரே அவருடைய நடை. நடையே அவர். எனவே எழுதுபவர் டி.கே.சி.யானாலொழிய நடையை மட்டும் பின்பற்றிப் பயனில்லை' (மேலது, ப.139) என்று டி.கே.சி.யை மிக உச்சத்தில் வைத்துப் புகழ்கிறார். டி.கே.சி.யை மு.அ. இப்படியெல்லாம் பாராட்டாமல் இருந்தால் தான் வியப்பு. 'என்னை நேரில் அறிந்த நண்பர்கள் என்னுடைய தமிழ்ப் பைத்தியம் எத்தகையது என்பதை அறிவார்கள். இப்பைத்தியம் டி.கே.சி. அவர்களிடமிருந்து எனக்குத் தொத்திக் கொண்டது. பொதுவாக நடை சம்பந்தமான என் கருத்துக்கள் தெளிவடையவும் திட்டமான உருவம் பெறவும் அவர்களுடைய தொடர்பே காரணமாய் இருந்தது' என்று (மேலது, ப.8) இந்நூலின் முகவுரையிலும் 'எனது வாழ்க்கையை உருவாக்கிய பெரியார் டி.கே.சி. அவர்கள். வாழ்க்கை முழுமையுமே கலந்து தம் வசப்படுத்தி இருந்தார்கள்' (குமரியும் காசியும், ப.5) என்று பிற இடங்களிலும் டி.கே.சி.க்கும் தமக்குமான குரு-சிஷ்ய அன்பையும் உறவையும் குறிப்பிட்டிருக்கிறார்.

திரு.வி.க. முதலான நால்வரின் நடையைச் சிறப்பானது என்று கூறியதுடன் மு.அ. நின்றுவிடவில்லை. பிறருடைய நடைகளை 'வேறெங்கும் தமிழ் நடையில் அழகு என்று சொல்லும் போது உயிரற்ற நடைக்கே மற்றவர்கள் அலங்காரம் செய்யக் காண்கிறோம். இது வெறும் பிரேதலங்காரமாய் முடிகிறதென்பதைச் சொல்ல வேண்டியதில்லை' (இன்றைய தமிழ் வசனநடை, ப.135) என்று மறுமலர்ச்சி எழுத்தாளர்களின் கோபத்தைச் சீண்டிப்பார்க்கும் வகையில் எழுதுகிறார்.

சிறுகதைகளும் நாவல்களுமே அன்று மறுமலர்ச்சி இலக்கியமாக வெளிவந்து கொண்டிருந்த நிலையில் அத்தகைய படைப்பிலக்கியங்கள் மீதான ஒவ்வாமையை மு.அ. எழுத்தில் காணமுடிகிறது. 'பொதுவாக இந்த மறுமலர்ச்சி இலக்கியம் அவ்வளவும் இன்று சிறுகதையாகவும் சிறுபகுதி நாவலாகவும் வெளிப்படுகின்றன. வேறு எந்தத் துறையிலும் இம்மறுமலர்ச்சி வெளிப்படவில்லை. இதற்கு உயிர் நாடியாய் உள்ளது ஒரே தத்துவம். காதல் தத்துவம். இக்காதல் தத்துவம் இல்லையானால் கதைகளும் இல்லை; மேற்சொன்ன மறுமலர்ச்சியும் இல்லை அன்றியும் இம்மறுமலர்ச்சி என்ற கட்டிடமானது அட்டைத் துண்டுகளாலான ஒரு கட்டிடம். இதற்கு அஸ்திவாரம் வேண்டியதில்லை அல்லவா? கனத்த சுவர் வைத்தால் தானே அஸ்திவாரம் வேண்டும்? கனமே இல்லாத போது அஸ்திவாரம்

எதற்கு? (மேலது, ப.65) என்றெல்லாம் மறுமலர்ச்சித் தமிழையும் அதில் வளர்ந்து வரும் புனைவிலக்கியத்தையும் தேவையற்ற ஒன்றாகப் பார்க்கிறார். 'பொதுவாக இன்றைய சிறுகதை உலகத்தில் காதல் இல்லை என்றால் கதையும் இல்லை. இந்தக் காதல் கதை உலகத்தில் ஒரு பெண்ணும் ஒரு ஆடவனும் சந்தித்தார்கள் என்றாலே அங்கு ஒழுக்கத்துக்கு ஏதேனும் இழுக்கு வந்துவிட்டதாக முடிவு செய்யவேண்டி இருக்கிறது என்று சக்கரவர்த்தி ராஜகோபாலச்சாரியார் சொல்லியது போல நாம் நிச்சயமாய் முடிவு செய்யலாம்' (மேலது, ப.70) என்று தம் கருத்துக்கு வலு சேர்க்க ராஜாஜியையும் துணைக்கு அழைத்துக் கொள்கிறார்.

இந்நூலில் மட்டுமல்ல இந்நூல் வெளிவந்து பன்னிரண்டு ஆண்டுகள் கழித்து வெளிவந்த 'புத்தகமும் வித்தகமும்' நூலிலும் இத்தகைய கருத்தைக் காணமுடிகிறது. 'வெறுங்கதைகளைத் தமிழகத்தில் குவித்துப் பயனில்லை. மக்கள் வாழ்க்கை முன்னேற வேண்டுமானால் எழுதும் திறமை வாய்ந்தவர்கள் முயன்று எழுதும்போது தமிழர் அறிவுப் பெருக்கத்துக்கான நூல்களைத் தான் எழுத வேண்டுமேயன்றி வீண் பொழுது போக்குக்கான புத்தகங்களை எழுதக்கூடாது. பொழுதுபோக்க எழுதுவது தமிழுக்கும் சமூகத்தார்க்கும் செய்யும் பெருந்துரோகம் (புத்தகமும் வித்தகமும், முன்னுரை, ப.1.)என்று படைப்பாளர்களைச் சமூகத் துரோகிகளாகவே அடையாளப்படுத்துகிறார். இவ்வாறு புனைவிலக்கியத்திற்கு எதிராகப் பேசும் மு.அ., கல்கியின் சாரதையின் தந்திரம், கணையாழியின் கனவு, கள்வனின் காதலி ஆகிய படைப்புகளின் நடையைப் பாராட்டியிருப்பதை எப்படி புரிந்து கொள்வது?

மறுமலர்ச்சி எழுத்தாளர்களை விமர்சித்து எழுதப்பட்ட 'இன்றைய தமிழ் வசன நடை' நூல் எதிர்பார்த்தது போலவே கடும் விமர்சனங்களுக்கும் விவாதங்களுக்கும் உள்ளாகியது. எதிர்ப்பு வெளியிலிருந்து வருவதற்கு முன்னதாக நூலின் பதிப்பாசிரியரிடமிருந்தே தொடங்கிவிட்டது. நூலுக்குப் பதிப்புரை வழங்கிய பி.ஸ்ரீ., அப்பதிப்புரையை மு.அ. நூலுக்கான ஒரு மறுப்புக் கட்டுரை போலவே எழுதியிருந்தார். காரணம் மு.அ. தம் நூலில் மறுமலர்ச்சி எழுத்தாளர்களின் நடைக்குச் சான்று காட்டி விமர்சித்த கட்டுரைகளுள் பி.ஸ்ரீ. கட்டுரையும் ஒன்று.

'காரைக்கால் அம்மையாரின் சில பாடல்களைத் தெளிவுபடுத்திக் கொள்வதற்கு உதவியாக இருக்கலாம் என்று

சிவநேசர்களும் ஸ்ரீ ஆனந்த குமாரசாமி போன்ற புதுமைக் கலா ரசிகர்களும் சிவ நடனம் குறித்து வெளியிட்டு அபிப்ராயங்களை ஒருவாறு தொகுத்து இப்பதிப்பாசிரியர் (பி.ஸ்ரீ.) தமக்குத் தெரிந்த தமிழில் எழுதியிருந்த கட்டுரைப் பகுதி ஒன்றைச் சூறாவளித் தமிழ் என்ற தலைப்பில் நையாண்டி பண்ணுகிறார் நமது ஆசிரியர்.' (இன்றைய தமிழ் வசனநடை, ப.iv) என்று தம்மைப் பற்றி எழுதப்பட்ட கருத்தை ஆதங்கத்துடன் குறிப்பிடுவதுடன் அப்பதிப்புரை முழுவதிலும் மு.அ.வின் நடையைக் கண்டித்தும் மறுத்தும், மு.அ. எழுதிய நடையையே மேற்கோள் காட்டி அதை 'அத்தை பாட்டி நடை' என்று சொல்லலாம் என்று கிண்டலும் செய்கிறார். மறுப்புக் கருத்துகள் இவ்வளவு இருப்பினும் 'இத்தகைய நூலை நான் பதிப்பாசிரியராக வெளியிட முன்வந்ததற்குக் காரணம் தமிழரின் சிந்தனையைத் தூண்டிவிட பல்வேறு அபிப்ராயங்களும் வெளிவர வேண்டும் என்ற தினமணி வெளியீடுகளின் தாராள நோக்கத்தை அனுசரித்தது தான்' (மேலது, ப.viii) என்று பி.ஸ்ரீ. கூறியிருப்பினும் 'ஆனால் இது உண்மைக் காரணம் அன்று நொண்டிச் சாக்குதான். நூல் அச்சான பிறகே பி.ஸ்ரீ. அதனைப் படித்தார் என்பதற்கு அகச்சான்றும் உள்ளது.' (அந்தக் காலத்தில் காப்பி இல்லை, ப.139) என்பதனை ஆ.இரா.வேங்கடாசலபதி ஆதாரத்துடன் எடுத்துக்காட்டுகிறார்.

இப்பதிப்புரைக்குப் பிறகு இந்நூல் குறித்து எழுந்த சர்ச்சைகளையும் அவை குறித்த உரையாடல்களையும் 1990 'பறை' இதழ், 'அன்னை இட்ட தீ', 'அந்தக் காலத்தில் காப்பி இல்லை' நூல்கள் வழியாக ஒருவாறு அறியமுடிகிறது. 1945ஆம் ஆண்டு அக்டோபர் மாதமே க.நா.சு. தான் நடத்திய 'சந்திரோதயம்' இதழில் 'மு.அருணாசலமும் தமிழ் மறுமலர்ச்சியும்' என்ற தலைப்பில் இந்நூலுக்கு மதிப்புரை எழுதியுள்ளதாக 'அந்தக் காலத்தில் காப்பி இல்லை' நூல் வழியாக அறிய முடிகிறது. அம்மதிப்புரையும் நூல் பற்றிய எதிர்மறை விமர்சனமாகவே அமைந்திருந்தது. 'ஏதோ கோபத்திலும் விரோதத்திலும் அறியாமையிலும் எழுதிய குப்பைக்கூளங்களை எல்லாம் திரட்டி புத்தக உருவில் வெளியிட்டு இருக்கிறார்கள் என்பது மட்டுமல்லாமல் ஏதும் நல்லெண்ணத்துடனாவது எழுதி இருந்தாரேயானால் ஏதோ இந்த முயற்சியை முயற்சி என்கிற அளவுக்குப் பாராட்ட முடியும். நல்லெண்ணம் கூட இல்லாத ஓரிடத்தில் எதைப் பாராட்டுவது என்று தான் தெரியவில்லை'. (மேலது, ப.138) இன்னமும் மு.அருணாசலம் போன்றவர்களுக்குப் புரியாத விஷயங்கள்

ஏதாவது தமிழில் வெளிவந்தால் அதை 'மறுமலர்ச்சி' என்று சொல்லிக் கேலி செய்கிற பழக்கம் போய்விட்டதாக எனக்குத் தெரியவில்லை' (மேலது, ப.141) போன்ற விமர்சனங்களை இந்நூல் குறித்து க.நா.சு. வைத்துள்ளார்.

1947இல் தொ.மு.சி.ரகுநாதன் 'ஞானமணிப் பதிப்பகம்' என்கிற சிறுகதையை எழுதியுள்ளார். 'இக்கதை மு.அருணாசலம் எழுதிய 'இன்றைய தமிழ் வசன நடை' நூலின் வெளியீட்டைப் பற்றிய உருவகக்கதை என்று குறிப்பிடும் ஆ.இரா.வேங்கடாசலபதி, அக்கதை கூறும் உருவகத்துடன் தினமணி வெளியீட்டு முறையையும் 'இன்றைய தமிழ் வசன நடை' பிறந்த பின்புலத்தையும் அக்கதையில் வரும் கதை மாந்தர்களுடன் பி.ஸ்ரீ., தொமு.சி. ரகுநாதன், புதுமைப்பித்தன், மு.அருணாசலம் போன்ற நிஜ மாந்தர்களையும் பொருத்தி விரிவாக எழுதியிருக்கிறார். இக்கதையும் 'இன்றைய தமிழ் வசன நடை' பற்றி எழுதப்பட்ட கிண்டலும் கேலியும் கலந்த எதிர்மறை விமர்சனமாகவே அமைந்திருந்தது.

1980களில் வெளிவந்த கல்கி இதழின் 'சில பல' பகுதியில் புதுமைப்பித்தனுக்கும் கல்கிக்கும் இடையே நடந்த மனஸ்தாபம் பற்றி திருச்சி நேயர் ஒருவர் கேட்டிருந்த கேள்விக்குப் பதில் சொல்லும் இடத்தில் 'இன்றைய தமிழ் வசன நடை' நூல் வெளிவந்ததும் புதுமைப்பித்தனும் தொ.மு.சி.ரகுநாதனும் இணைந்து எழுதிய 'மூனாவருணாசலமே' வசைப்பாடல் குறித்து மீ.ப.சோமு பதிவு செய்திருந்தார். அதில் 'புதுமைப்பித்தனுக்கும் கல்கிக்கும் நடுவே இருந்த, நடந்த பல இலக்கியச் சண்டைகளுக்கு மத்தியில் ஒரு பெரிய பீரங்கிப்புகை 1945இல் திடீரென்று கிளம்பியது. மு. அருணாசலம் அவர்கள் இக்காலத்து தமிழ் வசன நடையை மதிப்புரை செய்து ஒரு நூல் எழுதினார். அந்தப் புத்தகம் வெளியானதோ இல்லையோ கூவம் நதியே தீப்பிடித்து எரிந்தது என்று சொல்ல வேண்டும். காரணம் அந்த நூலிலே கல்கி, டி.கே. சி. முதலிய சிலரை மிகவும் உயர்வாகப் பாராட்டிய ஆசிரியர் புதுமைப்பித்தனையும் வேறு எழுத்தாளர்களையும் சட்டை செய்யவில்லை. அவருடைய மதிப்பீடு அது. ஆனால் புதுமைப்பித்தனுடைய இலக்கியக் கோட்பாட்டுக்கு இது ஏற்கவில்லை. வெகுண்டு எழுந்தார். விறுவிறுப்போடு ஒரு பாட்டு எழுதினார். நான்கே வரிகளில்! பிறகு இந்த நான்கு வரிகளும் ஒரு காவியமாகவே விரிந்தன.! பாடல் முழுவதும் எனக்கு அவர் அனுப்பி என்னிடம் இருக்கிறது'(பறை-1990, ப.85.) என்று குறிப்பிட்ட

மீ.ப.சோமு அப்பாடலை அப்பகுதியில் வெளியிடவில்லை. அதுமட்டு மல்லாது புதுமைப்பித்தன் இருந்தபோதே இப்பாடலின் முழு வடிவத்தையும் வெளியிடுவதற்கான முயற்சி நடந்தும் மீ.ப.சோமு அதைத் தடுத்து நிறுத்திய செய்தியையும் குறிப்பிட்டிருந்தார்.

புதுமைப்பித்தன் எழுதி அச்சுவடிவம் பெறாமலே செவி வழியாக வழங்கி வந்த 'மூனாவருணாசலமே' வசைப்பாடல் முதன்முதலாக வே.மு.பொதியவெற்பன் 1990இல் தொகுத்து வெளியிட்ட பறை தொகுப்பு நூலில் தான் வெளிவந்திருக்கிறது. 'பேச்சுக்குச் சொல்லவில்லை பேனா துணையுண்டு' என்ற தலைப்பில் 'தமிழ் கூறு நல்லுலகின் கண் கர்ண பரம்பரையாய் உலா வரும் இக்கவிதைப் பாட்டை பாட பேதங்கள் பார்த்துப் பதிப்பித்தோன் (பண்பாடு நாகரிக வரம்பிகந்த) குடந்தைவாணன் வே.மு.பொதியவெற்பன்' (பறை-1990, ப.89.) என்கிற மூன்று வரி முன்னுரையோடு இரண்டுபக்க அளவிலான அப்பாடலை வெளியிட்டிருந்தார். இதற்கான மூலச்சுவடிகளை கரிச்சான்குஞ்சு, சாலிவாஹனன், தி.நா.ராமச்சந்திரன் ஆகியோர் வழங்கியுள்ளனர். பொதியவெற்பனின் இப்பதிப்பு 'புதுமைப்பித்தன் படைப்புகளின் பதிப்பு வரலாற்றில் ஒரு முக்கிய நிகழ்ச்சி' என்கிறார் ஆ.இரா.வேங்கடாசலபதி. கல்கி இதழில் மீ.ப.சோமு பதில் கூறியிருந்த 'சிலபல' பகுதியையும் இத்தொகுப்பில் மறு அச்சீடு செய்திருந்தார்.

புதுமைப்பித்தனின் தொகுக்கப்படாத அச்சிடப்படாத படைப்புகளைத் திரட்டி 'அன்னை இட்ட தீ' எனும் தலைப்பில் 1998இல் ஆ.இரா.வேங்கடாசலபதி பதிப்பித்தார் 'இன்றைய தமிழ் வசனநடை'யை வசைபாடி எழுதப்பட்ட 'மூனாவருணாசலமே', பாடலின் இரண்டு வடிவங்களை அதில் பதிப்பித்திருந்தார். ஒன்று மீ.ப.சோமுவிடமிருந்து பெற்ற புதுமைப்பித்தன் கைப்பட எழுதிய பிரதி, மற்றொன்று ரகுநாதனின் கையெழுத்துப் படிகளிலிருந்து எடுத்தபிரதி.

'மூனா அருணாசலமே
முச்சந்திக் கும்மிருட்டில்
பேனா குடை பிடித்தேன்
பேயாட்டம் போடுகிறாய்?
பேயாட்ட மாடுமுன்றன்
பித்தக் கிறுகிறுப்பை
நாயாட்டம் ஓட்டுவிக்க
நச்சிக் குளையடிச்சேன்'

என்று தொடங்கும் இப்பாடல் மு.அ.வை மட்டுமன்றி டி.கே.சி, ராஜாஜி, கல்கியையும் மு.அ. பதிப்பித்த நூல்கள், எழுதிய நூல்கள், காசி பேராசிரியப்பணி, சைவசமயப் பணி என மு.அ.வின் எழுத்தையும் பணியையும் கிண்டல் செய்து கடும் வசைச் சொற்களோடு எழுதப்பட்டிருந்தது. இந்தப் பாடல் வடிவங்களுடன் இப்பாடல் பிறந்த கதையை விளக்கி மீ.ப.சோமுவுக்குப் புதுமைப்பித்தன் எழுதிய கடிதத்தையும் முதன்முதலாக தம் 'அன்னை இட்ட தீ' நூலில் வெளியிட்டார் ஆ.இரா.வேங்கடாசலபதி.

'இது இரண்டு பேர் பெற்ற கதம்ப விவகாரம். தமிழ் வசன நடை புத்தகம் வெளிவந்தவுடன் ரகுநாதன் ஒரு பிரதியை எடுத்து வந்து என்னிடம் கொடுத்து மதிப்புரை காரமாக எழுத வேண்டும் என்றார் நான் புத்தகத்தை வாங்கியதும் 'மூனாவருணாசலமே மூடா ஆனா முதல் அம் வரையும் உளரும் மூனா எனவே மொழிவேனுனையே பேநாயுளறல் பித்தா போடா' என்பதுதான் இதற்கு மதிப்புரை என்று சொன்னேன். மறுநாள் ரகுநாதன் என்னைச் சந்தித்தபோது மூனாவருணாசலமே என்றெடுத்த பாட்டைக் கொண்டு வந்தார். அதை நான் திருத்தி அமைத்தது தான் இப்பொழுது அது பெற்றுள்ள உருவம். உண்மையில் அது நாங்கள் இருவரும் பாடியது. கேட்டவர்கள் எல்லாரும் அதை நான்தான் எழுதியிருக்க வேண்டும் என்று நம்புகிறார்கள். என்ன செய்வது சுமைதாங்கி தான். டி.கே.சி., ராஜாஜி, கல்கி விளக்கங்கள் தான் என் கைச்சரக்கு' (அந்தக் காலத்தில் காப்பி இல்லை, ப.198) என்று இவ்வசைப்பாடல் பிறந்த சூழலையும் அது இருவர் இணைந்து எழுதியது என்பதனையும் புதுமைப்பித்தன் மீ.ப.சோமுவுக்கு 5.11.1945 இல் எழுதிய கடிதம் தெளிவுபடுத்துகிறது.

1945இல் எழுதப்பட்டு 45 ஆண்டுகளாக கர்ணபரம்பரையாய் மட்டும் இவ்வசைப்பாடல் வழங்கப்பட்டு வந்தது வியப்பளிக்கிறது. நூலின் பதிப்புரையிலேயே தொடங்கிய எதிர்ப்பும் மறுப்பும் மதிப்புரை, கதை, கடிதம், கவிதை என்று வெவ்வேறு வடிவங்களில் வெளிப்பட்டிருக்கிறது. நூற்றாண்டு வாரியாகத் தமிழ் இலக்கிய வரலாறு வழங்கித் தமிழறிஞராக இசைபட வாழ்ந்து வரும் மு.அ.வின் வரலாற்றுப்பக்கங்களில் 'இன்றைய தமிழ் வசன நடை' வசை நிறைந்த பக்கமாகப் படபடத்துக்கொண்டிருக்கிறது.

4. இலக்கிய வரலாற்றுப் பணி

நூற்றாண்டுக்கணக்கில் இலக்கிய வரலாறு. இத்துறையில் மு. அருணாசலம் ஒருவரே தொடர்ந்து ஈடுபட்டு வந்துள்ளார்- (கா.சிவத்தம்பி, தமிழில் இலக்கிய வரலாறு, ப.144.)

தமிழ் இலக்கிய வரலாற்றை, கா.சு. பிள்ளை தொடங்கிப் பல்வேறு அறிஞர்கள் பல்வேறு அணுகுமுறைகளில் எழுதியிருப்பினும் நூற்றாண்டு அடிப்படையிலான இலக்கிய வரலாறெழுதியலைத் தொடங்கித், தொடர்ந்து எட்டு நூற்றாண்டுகள் விரிவாக எழுதி வெளியிட்டுள்ள முதலும் முடிவுமான அறிஞராக அறியப்படுபவர் மு.அ. மட்டுமே. எந்தவொரு இலக்கிய வரலாற்று நூலுடனும் ஒப்பிட இயலாத, வேறொருவரால் இனிச் செய்ய இயலாது என்று மதிப்பிடக்கூடிய இவ்வரலாற்று நூல்கள், அறியப்படாத பல நூல்களை அறியவைத்து இலக்கிய வரலாற்றுக் கட்டமைவுக்கு வழிவகுத்தன. இலக்கியங்கள் மட்டுமின்றி தமிழில் எழுதப்பட்ட அனைத்து நூல்களையும் ஆய்வுக்குட்படுத்தியிருக்கும் இவரது வரலாற்று நூல்களை, தமிழ் இலக்கிய வரலாற்றுக் கருவூலம் என்றே கூறலாம். கால ஆராய்ச்சி என்ற அடித்தளத்தின்மீது கட்டப்பட்ட இவரது நூல்கள் அதுவரை தமிழ்ச்சமூகம் அறியாதிருந்த பல நூல்களை அறிமுகப்படுத்தின. பரந்த வாசிப்புத் தளத்தில் நின்று, ஆழ்ந்தும் அகன்றும் நுணுகியும் எழுதப்பட்டுள்ள இந்நூல்கள் வெறும் இலக்கிய வரலாறாக மட்டுமன்றி இலக்கியம் தோன்றுவதற்குக் காரணமான சமூக வரலாறாகவும், அவ்விலக்கியம் வழியாக அறியப்படும் சமூக வரலாறாகவும் திகழ்கின்றன.

இலக்கியவரலாற்றுப் பணிக்கான தொடக்கம்

1940இல் சித்தாந்த சாத்திரங்களுக்கான உரைகளை இரண்டாம் பதிப்பாக அச்சிடும் பணியை சைவ சித்தாந்த மகா சமாஜம் மேற்கொண்டிருந்தபோது, மதுரை சிவப்பிரகாசர் உரையைப் பதிப்பிக்கும் பொறுப்பை மு.அ.விடம் ஒப்படைத்திருந்தது. அப்பணியில் தன்னை முழுமையாக இணைத்துக்கொண்ட மு.அ., அவ்வுரையின் வழியாகப் பல சமய நூல்களின் பெயர்களைக் கண்டறிந்ததுடன் அவற்றின் காலத்தையும் வரையறை செய்துகொண்டார். சிவப்பிரகாசம் நூல் எழுதிய உமாபதி சிவாசாரியார் காலம் கி.பி. 1313 என்ற உறுதியான குறிப்பினாலும், உரை செய்த சிவப்பிரகாசர் காலம் கி.பி. 1488

என்ற குறிப்பினாலும் இக்காலப் பகுதிக்கு இடைப்பட்ட இலக்கியங்களை வரையறை செய்துகொண்டு, அந்த உரைப்பதிப்பின் பின்னிணைப்பாக ஒரு சிறுகுறிப்பை எழுதியிருந்தார். அதன் தொடர்ச்சியாக, அதுவரை அறியப்படாதிருந்த தத்துவப்பிரகாசர் காலத்தை அவ்வுரையின் வழியாகக் கண்டறிந்து 1942இல் மதுரை செந்தமிழ் இதழில் 'தத்துவப் பிரகாசர் காலம்' என்ற தலைப்பில் கட்டுரையாக எழுதியிருந்தார். மேலும், அப்போது வெளியாகியிருந்த இலக்கிய வரலாற்று நூல்களில் 13-15 நூற்றாண்டுகளில் எந்த இலக்கிய வளர்ச்சியுமில்லை என்ற குறிப்பைக் கண்ட மு.அ., 'இது உண்மையன்று; ஆராய்ச்சிக் குறைவே இக்கூற்றுக்குக் காரணம். இன்னும் ஆராய்வதற்கு இடமுண்டு என்ற உணர்ச்சி தோன்றி முன் எழுதிய சிறுகுறிப்பை விரித்துரைப்பது பயனுடையதாகும் என்ற எண்ணமுண்டாயிற்று (த.இ.வ.14ஆம் நூ. ப.12) என்று குறிப்பிட்டுத் தன் முதல் இலக்கிய வரலாற்று நூல் எழுதக் காரணமாக அமைந்த சூழலைப் பதிவுசெய்துள்ளார். முதன்முதல் கால வரையறை செய்து கொண்ட நூல்கள் 14 மற்றும் 15ஆம் நூற்றாண்டைச் சேர்ந்த காலமாக அமைந்துவிட்டதால், மு.அ.வின் முதல் இலக்கிய வரலாற்று நூல்களும் 14 மற்றும் 15ஆம் நூற்றாண்டு இலக்கிய வரலாற்றுத் தொகுதிகளாக அமைந்துவிட்டன.

இலக்கிய வரலாற்று நூல்களின் வெளியீட்டுமுறை

1969இல் தன் முதல் இலக்கிய வரலாற்று நூலை வெளியிட்ட மு.அ., தொடர்ந்து பத்து ஆண்டுகள் இப்பணியில் ஈடுபட்டு எட்டு நூற்றாண்டுகள் வரலாற்றைப் பதினொரு தொகுதிகளாக வெளியிட்டுள்ளார். இலக்கிய வரலாற்று நூல்களின் வெளியீட்டை 1969 முதல் தொடங்கியிருப்பினும் 1940களிலேயே அப்பணிக்கான உந்துதலும் எண்ணமும் மு.அ.விடம் ஏற்பட்டுவிட்டது. ஆனால், உடனடியாக அச் செயல்பாட்டில் ஈடுபடாமல் 30 ஆண்டுகள், தமிழ் இலக்கியப்பரப்பு முழுவதையும் உள்வாங்கி, முந்தைய வரலாற்று நூல்கள் அனைத்தின் மீதான வாசிப்பினை நிகழ்த்திய பின்னரே இப்பணியில் ஈடுபட்டுள்ளார். 11 வரலாற்றுத் தொகுதிகளும் 1969 முதல் 1977 வரை அடுத்தடுத்து வெளிவந்துள்ளன.

1. 1969 - 14ஆம் நூ.
2. 1969 - 15ஆம் நூ.
3. 1970 - 13ஆம் நூ.

4. 1971 - 11ஆம் நூ.
5. 1972 - 10ஆம் நூ.
6. 1973 - 12ஆம் நூ. (பாகம் - 1)
7. 1973 - 12ஆம் நூ. (பாகம் - 2).
8. 1975 - 9ஆம் நூ. (பாகம் - 1)
9. 1975 - 16ஆம் நூ. (பாகம் - 2)
10. 1976 - 16ஆம் நூ. (பாகம் - 3)
11. 1977 - 16ஆம் நூ. (பாகம் - 1)

14 மற்றும் 15ஆம் நூற்றாண்டு நூல்களை 1969இல் வெளியிட்ட மு.அ., அடுத்து 16ஆம் நூற்றாண்டுத் தொகுதியை எழுதாமல் 13ஆம் நூற்றாண்டு நூலையே எழுதியுள்ளார். மு.அ.வுக்கு முன்பு சோமசுந்தரத் தேசிகர் 16 மற்றும் 17ஆம் நூற்றாண்டு இலக்கிய வரலாற்று நூல்களை எழுதி வெளியிட்டிருந்தமையால் அந்நூற்றாண்டுகளில் மு.அ. உடனடிக் கவனம் செலுத்தவில்லை. 14, 15க்குப் பிறகு, காலத்தில் முன்னோக்கிச் செல்லாமல் பின்னோக்கிச் சென்று 13ஆம் நூற்றாண்டு இலக்கிய வரலாற்று நூலையே எழுதியுள்ளார். பின் 12, 11, 10, 9 என்ற வரிசையில் நூல்கள் எழுதப்பட்டுள்ளன. (அச்சுப்பணியில் ஏற்பட்ட தாமதம் காரணமாக முன் பின்னாக வெளிவந்துள்ளன) 'ஆரம்பகாலத்தில் கி.பி. முதலாவது நூற்றாண்டு பொருள்கள் எல்லாமே ஐயத்துக்கு இடமானவை. பல செய்திகள் உறுதியாக முடிவு செய்து சொல்வதற்கு இயலாதவை. சொல்லினும் பிறர் ஏற்பது எளிதில் அமையாது. ஆகவே எவ்வளவு தான் துணிந்தாலும் மனநிறைவு ஏற்படுவது அருமை (த.இ.வ.12ஆம்நூ. முதற்பாகம் ப.11) என்று, தான் ஏன் முதல் நூற்றாண்டிலிருந்து தொடங்கி இலக்கிய வரலாற்று நூல்களை எழுதவில்லை என்பதற்கான காரணத்தைக் குறிப்பிட்டுள்ளார்.

ஆய்வுப்போக்கு

மு.அ.வின் பதினொரு இலக்கிய வரலாற்றுத் தொகுதிகளும், நூலாசிரியரின் வாழ்க்கை வரலாறு, நூலாராய்ச்சி, வாய்மொழி வழக்காறுகள், காலஆராய்ச்சி, ஆகியவற்றை விளக்கிச் சொல்லும் ஆய்வுப்போக்கின் அடிப்படையிலேயே எழுதப்பட்டுள்ளன.

நூலாசிரியரின் வாழ்க்கை வரலாறு

மு.அ.வின் இலக்கிய வரலாற்று நூல்களில் இலக்கிய ஆசிரியர்களின் வரலாறுகள், அவர்களைப்பற்றி வாய்மொழியாக

வழங்கப்பட்டுவரும் வழக்காறுகள் மிகுந்த கவனத்துடன் தொகுக்கப்பட்டுப் பதிவு செய்யப்பட்டுள்ளன. அவரது நூல்கள் ஒவ்வொன்றிலும் 'தமிழ் இலக்கிய வரலாறு' என்ற தலைப்புடன் 'தமிழ்ப் புலவர் வரலாறு' என்ற தலைப்பும் சேர்ந்தே அமைந்திருக்கும். இத்தலைப்பே, இவர் நூலாசிரியர்களுக்குத் தம் நூலில் கொடுத்துள்ள முக்கியத்துவத்தை உணர்த்தும். மேலும், தம் நூல்களில் 'இலக்கிய ஆசிரியர்' என்றே இயல்களுக்குத் தலைப்பிட்டு அதனுள் குறிப்பிட்ட ஆசிரியர்களின் வரலாற்றைக் கூறி அவர்களது ஒட்டுமொத்தப் படைப்பையும் ஆய்வு செய்துள்ளார். அவ்வாறு எழுதப்பட்ட இலக்கிய ஆசிரியர்களின் வரலாறுகள் 'புலவர் வரலாறுகளாகத்' தனித்தனி நூல்களாக வெளியிடப்பட்டுள்ளதும் குறிப்பிடத்தக்கது.

ஒரு குறிப்பிட்ட நூற்றாண்டு வரலாற்றில் இடம்பெறும் நூலாசிரியரின் பெயர் தமிழ் இலக்கியப்பரப்பில் வேறு எந்த ஆசிரியருக்கு அமைந்திருந்தாலும் அப்பெயர் கொண்ட புலவர்கள் அனைவரையும் ஒரே இடத்தில் சுட்டி அவர்கள் எந்த நூற்றாண்டைச் சேர்ந்தவர்கள், எந்தெந்த நூல்களை எழுதியுள்ளனர், எந்த அரசரால் ஆதரிக்கப்பெற்றனர், அவர்களின் உடன்காலப் புலவர்கள் மற்றும் அரசர்கள் பெயர்கள் போன்ற விவரங்களைக் குறிப்பிட்டுக் காட்டி அவர்களின்று தான் கூறும் நூலாசிரியர் வேறானவர் என்பதைச் சான்றுகளுடன் நிறுவிப் பின்பே அந்த ஆசிரியரின் வரலாற்றை எழுதுவதை நெறியாகப் பின்பற்றியுள்ளார். இந்நெறியினால் ஒரே பெயர் கொண்ட ஆசிரியர்கள் பலரையும் ஒரே இடத்தில் அறிந்துகொள்ள வாய்ப்பாக அமைந்துள்ளது.

நூலாராய்ச்சி

மு.அ.வின் இலக்கிய வரலாற்று நூல்களில் காலவரையறை முதன்மைப்படுத்தப்பட்டுள்ளதால் படிப்போருக்கு வறட்டுத் தன்மையை ஏற்படுத்திவிடக்கூடாது என்பதற்காக இலக்கிய நயம் மிக்க பாடல்களை ஆங்காங்கு எடுத்தாளுவதுடன் நூலாராய்ச்சியும் விரிவாக மேற்கொள்ளப்பட்டுள்ளது. 'நூலாராய்ச்சி இப்புத்தகத்தின் நோக்கமன்று ஆயினும் ஆங்காங்கு ஏற்ற பெற்றி சுருக்கமாகவும் விரிவாகவும் நூலாராய்ச்சி செய்யப்பெற்றுள்ளது. காலம், வரலாறு ஆகியவற்றுக்கு விளக்கம் தரவும், குறித்த ஆசிரியருக்கும் நூலுக்கும் இலக்கிய வரலாற்றில் உரிய இடத்தை நன்கு விளக்கிக் காட்டவுமே ஓரளவு நூலாராய்ச்சி மேற்கொள்ளப்பட்டது (த.இ.வ.14ஆம் நூ. ப.xxi) என்று தன் முதல் இலக்கிய வரலாறான

14ஆம் நூற்றாண்டு நூலில் நூலாராய்ச்சி குறித்துச் சிறிது தயக்கத்துடனே கருத்துத் தெரிவித்துள்ள மு.அ., 15,13,12,11 ஆகிய வரலாற்றுத் தொகுதிகளை முடித்துப் பத்தாம் நூற்றாண்டு இலக்கிய வரலாற்று நூல் எழுதுகையில், இலக்கிய வரலாறு என்பது வெறும் நூல்களின் பட்டியல் அல்லது ஆசிரியர்களின் பட்டியல் என்பதாக மட்டும் இருந்தால் பயனில்லை. திறனாய்வு என்று இக்காலத்தவர் சொல்கின்ற இலக்கிய விமர்சனமும் ஏற்றபெற்றி செய்தால் தான் வரலாற்றறிவு பூர்த்தியாகும். அதற்குப் பொருளும் உண்டு (மேலது xi) என்று இலக்கிய வரலாறெழுதியலில் நூலாராய்ச்சியை முக்கியத்துவப்படுத்தியுள்ளார்.

வாய்மொழி வழக்காறுகள்

வாய்மொழி வழக்காறுகள் செவ்விலக்கியத்திற்கு இணையான தகுதியுடையன என்ற நம்பிக்கையும் இலக்கிய வரலாற்றின் உருவாக்கத்திற்கு வாய்மொழி வழக்காறுகளும் பயன்படும் என்ற நிலைப்பாட்டையும் கொண்டிருந்தவர் மு.அ. அதனாலேயே தம் வரலாற்று நூல்களில் வாய்மொழி வழக்காறுகளைப் பதிவு செய்யும் நெறியைப் பின்பற்றியுள்ளார். 'சில சமயம் சம்பிரதாயமான கதைகளையும் புராணக் கதைகளையும் இந்நூலுள் அதிகமாகச் சொல்லியிருப்பது போலத் தோன்றலாம். இதில் சிறிது உண்மை உண்டு. இக்கதைகளை அடியோடு ஒதுக்கிவிட்டால் வரலாறு நிறைவு பெற்றதாக ஆகாது. இயன்றவரை கதைகளைச் சொல்லி அவற்றைச் சீர் தூக்கி ஆராய்ந்து, தள்ள வேண்டியவற்றை இங்குத் தள்ளியிருக்கவும் காணலாம். அன்றியும் பல சமயம் எந்த வரலாறுமே தெரியாமல் கதைகள் மட்டுமே மிச்சமாயிருக்கும் இடங்களும் உள்ளன. ஒரு விளக்கமும் இல்லாத இடத்துக் கதைகள் சிறிதேனும் விளக்கம் தருதலும் கூடும். ஏன் சம்பிரதாயக் கதைகள் எழுந்தன? அவற்றுக்கு உண்மையோடு பொருந்திய மூலமொன்று இருந்திருக்க வேண்டுமல்லவா? (த.இ.வ.12ஆம் நூ. முதல் பாகம் ப.14) என்ற கேள்வியை எழுப்பி, இக்கதைகளைத் தன் நூலில் விரிவாகக் கூறியிருப்பதற்கான காரணத்தை நியாயப்படுத்தியுள்ளார்.

i) கால ஆராய்ச்சி

ஒரு குறிப்பிட்ட காலத்தின் சமூக மற்றும் அரசியல் காரணிகளால் உருவாக்கப்படும் இலக்கியம், அக்காலத்தைப் பிரதிபலித்துக் காட்டும் கண்ணாடியாகத் திகழ்கிறது. காலந்தோறும் நிகழும் சமூக மாற்றங்கள் இலக்கியத்தின் போக்கிலும் மாற்றத்தை

ஏற்படுத்துகின்றன. ஒரு இலக்கியத்தின் காலத்தைச் சரியாக வரையறை செய்வதன் மூலமே இலக்கிய வரலாற்றை முறைப்படுத்த இயலும். 'எந்த வளர்ச்சியை அளப்பதாயிருந்தாலும் மொழியோ, சமயமோ, வாழ்க்கைத் தத்துவமோ, இலக்கண அறிவோ, எதுவாயினும் கால உணர்வோடு செய்தால் தான் அது உண்மைக்குப் பொருந்துவதாயிருக்கும் ஆதலால், கால வரையறை இந்நூல்களில் முக்கியமான ஓர் ஆராய்ச்சிப் பொருளாய் இருக்கும் (த.இ.வ.10ஆம் நூ. ப. ix) என்று தன் வரலாறெழுதியலில் கால வரையறையை முதன்மைப்படுத்தியிருப்பதே பிற இலக்கிய வரலாற்று நூல்களிலிருந்து மு.அ.வின் நூல்களைத் தனித்து அடையாளப்படுத்துகிறது.

ஒரு நூலின் அல்லது ஆசிரியரின் காலம் குறித்துத் தான் உருவாக்கிக்கொண்ட கருதுகோளை நிறுவுவதற்கென்று மிக விரிவான ஆய்வுமுயற்சி இவரது நூல்களில் மேற்கொள்ளப்பட்டுள்ளது. 'தமிழ் இலக்கியப் பரப்பில் எண்ணற்ற நூல்களின் காலம் இதுவரை நன்கு வரையறை செய்யப்பெறவில்லை. இவ்வரையறை இருந்தால் தான் சொல்லாராய்ச்சியும் மொழி ஆராய்ச்சியும் இலக்கிய ஆராய்ச்சியும் உண்மையான பொருளுடையனவாக அமைதல் கூடும். எமது நோக்கம் இத்தகைய கால வரையறை அமைத்துத் தருவதாகும். (த.இ.வ.11ஆம்நூ.,ப.xix) என்று தன் இலக்கிய வரலாறெழுதியலுக்கான நோக்கத்தை மு.அ. குறிப்பிட்டுள்ளார். நூற்றாண்டு வரிசையில் தமிழ் இலக்கிய வரலாற்றை எழுத வேண்டும் என்ற அவரது சிந்தனையே கால வரையறையை முதன்மைப்படுத்தி நிற்கிறது.

நூற்றாண்டு வரையறை

நூற்றாண்டு வரிசையில் இலக்கிய வரலாறு எழுதுவதற்கு மு.அ. இரு முறையியலைப் பின்பற்றியுள்ளார்

i) ஒவ்வொரு தனிப்பட்ட நூலின் காலத்தையும் வரையறுத்துக்கொள்ளுதல்.
ii) ஒரு நூற்றாண்டில் எழுதப்பட்ட நூல்கள் இவையிவை என்று வரையறுத்துக்கொள்ளுதல்.

இத்தகைய கால வரையறையைத் தமிழ் இலக்கிய வரலாறு எழுதிய முந்தைய அறிஞர்கள் பின்பற்றவில்லை. இவ்விருவகை வரையறைகளைச் செய்து தரும் முதல் முயற்சியாக இவரது நூல்கள் அமைந்துள்ளன. தமிழிலக்கியங்களின் காலங்களை

வரையறுப்பதில் அறிவியல் அணுகுமுறை மற்றும் சமூகவியல் அணுகுமுறையுடன் தர்க்கவியல் அடிப்படையில் பல்வேறு உத்திகளையும் மேற்கொண்டு காலத்தைக் கணித்துள்ளார்.

கீழ் மேல் எல்லைகளைத் தீர்மானித்தல்

ஒரு இலக்கியத்தின் காலத்தை வரையறை செய்வதற்குத் தெளிவான திட்டமான குறிப்புகள் கிடைக்காத நிலையில் முதலில் அவ்விலக்கியம் எந்தக் கால எல்லைக்குள் இயற்றப்பட்டிருக்கும் என்பதை முதலில் கண்டறிகிறார். அவ்வாறு கண்டறிவதற்கு நூலின் கீழ் எல்லைகளையும் மேல் எல்லைகளையும் வரையறுத்துக் கொள்கிறார்.

கீழ் எல்லை: ஒரு குறிப்பிட்ட இலக்கியத்தின் காலம் தெரிந்திருந்து, அவ்விலக்கியத்திற்குள், தான் கால ஆராய்ச்சி செய்யும் நூலின் பெயரோ, அந்நூல் சார்ந்த குறிப்புகளோ இடம்பெற்றிருப்பின் அந்த நூலானது, காலம் தெரிந்த அவ்விலக்கியத்திற்கு முற்பட்ட நூற்றாண்டுகளில் தான் எழுந்திருக்க வேண்டும். அதாவது அந்த இலக்கியத்தின் காலம், கால ஆராய்ச்சி செய்யும் நூலுக்குக் கீழ் எல்லையாக அமைந்திருக்கும்.

மேல் எல்லை : நன்றாகக் காலம் தெரிந்த இலக்கியத்தின் பெயரோ, அவ்விலக்கியம் சார்ந்த குறிப்புகளோ, தான் கால ஆராய்ச்சி செய்யும் நூலுக்குள் இடம்பெறுமானால் காலம் தெரிந்த அந்த இலக்கியத்திற்குப் பிற்பட்ட நூற்றாண்டுகளில்தான், கால ஆய்வு செய்யும் நூல் எழுதப்பட்டிருக்க வேண்டும் அதாவது அந்த இலக்கியத்தின் காலம் கால ஆராய்ச்சி செய்யும் நூலுக்கு மேல் எல்லையாக அமைந்திருக்கும். இந்தக் கீழ், மேல் எல்லைகளை வகுத்துக்கொண்டு இவற்றுக்கு இடைப்பட்ட ஆண்டுகளில்தான், தாம் ஆய்வு செய்யும் நூலின் காலம் அமைந்திருக்கும் என்பது மு.அ.வின் கருதுகோள். பின் இக்கால எல்லைக்குள் கிடைக்கும் பிற சான்றாதாரங்களின் துணைகொண்டு அடுத்தடுத்து முன்நகர்ந்து ஆய்வு செய்யும் நூலின் காலத்தைத் தெளிவாகக் கணித்துள்ளார்.

கல்வெட்டுச் சான்றுகள், சுவடிகளை அடிப்படையாகக் கொண்டு காலம் வரையறுத்தல்

ஒரு கருதுகோளை உருவாக்கிக் கொண்டு (Hypothesis) தன் கால ஆராய்ச்சியை முன்னெடுத்துச் செல்லும் மு.அ.,

கிடைக்கின்ற பல்வேறு சான்றாதாரங்களில், முதன்மைச் சான்றாதாரங்களுக்கே முன்னுரிமை அளிப்பதைக் காணமுடிகிறது. தெளிவான கல்வெட்டுச் சான்றுகள் கிடைக்கின்றனவா என்று பார்ப்பது அவருடைய பொதுவான நெறியாக இருந்துள்ளது. தமிழியல் ஆராய்ச்சியாளர்களுக்குக் கல்வெட்டு மற்றும் சுவடியறிவு வாய்த்திருக்க வேண்டும் என்பதைப் பலவிடங்களில் வலியுறுத்தியுள்ளார்.

14ஆம் நூற்றாண்டு இலக்கிய வரலாற்றில் இரட்டைப் புலவர்களைக் குறிப்பிடும் மு.அ., அவர்களின் காலத்தை வரையறுப்பதற்குக் கல்வெட்டுச் சான்றுகளை ஆதாரமாகக் கொண்டுள்ளார். இரட்டைப் புலவர்கள் பாடிய ‘ஏகாம்பரநாதர் உலாவில்’ தங்களை ஆதரித்த அரசனான சம்புகுலக்காடவ ராயனான திருமல்லிநாதனைக் குறித்து ஐந்து இடங்களில் குறிப்பிட்டிருக்கிறார்கள். இவ் அகச்சான்றை அடிப்படையாகக் கொண்டு, திருமல்லிநாதன் என்ற அரசரின் காலப்பகுதியைக் கல்வெட்டு துணைகொண்டு கண்டறிந்து அதன்வழி இரட்டையர் காலத்தை நிறுவியுள்ளார்.

உடன்காலப் புலவர்களின் காலத்தை அடிப்படையாகக் கொண்டு காலம் வரையறுத்தல்

இரட்டைப்புலவர்களின் காலத்தைக் கல்வெட்டுச் சான்றுகளின்வழி 14ஆம் நூற்றாண்டு என்று வரையறுத்த மு.அ. இவர்களின் காலத்தைக் கொண்டே இவர்களது உடன்காலப் புலவராக வில்லிபுத்தூராழ்வார் வாழ்ந்துள்ளதைக் கண்டறிந்துள்ளார்.

காடவர் குலச்சம்புவராயனை இரட்டையர்கள் பாடியுள்ளனர். இச்சம்புவராயன் காலம் கி.பி. 1331-1383 எனக் கல்வெட்டுச் சான்று கொண்டு வரையறை செய்யப்பெற்றுள்ளது. எனவே, இரட்டையர்கள் சம்புவராயன் காலமாகிய 14ஆம் நூற்றாண்டினர் என்று கணித்த மு.அ., வக்க பாகையில் தலைவனாயிருந்த கொங்கர்கோன்-வரபதி ஆட்கொண்டானைப் இதே இரட்டையர்களும் வில்லிபுத்தூராழ்வாரும் பாடி இருப்பதைக் கொண்டு இரட்டையர்களின் உடன்காலப் புலவராக வில்லிபுத்தூரார் வாழ்ந்திருப்பார் என்று வில்லிபுத்தூராரின் காலத்தை வரையறுத்துள்ளார்.

யாப்பு மரபின் அடிப்படையில் காலம் வரையறுத்தல்

தாம் மேற்கொண்ட கால ஆராய்ச்சிக்கு யாப்பு நியதிகளில் ஏற்பட்ட வளர்ச்சி மாற்றங்களையும் சான்றாகக் கொண்டுள்ளார். நிகண்டு செய்தோர், பாட்டியல் செய்தோர் முதலிய பண்டைத் தமிழ்ப்புலவர்கள், முதல், வழி, சார்பு எனத் தங்களுக்குள் ஒரு யாப்பு நியதியை வகுத்துக் கொண்டு அதன்படி நூல் செய்து வந்திருக்கிறார்கள். ஆதிநூல் செய்தோர் அனைவரும் நூற்பாவினால் செய்தனர். அடுத்துத் தோன்றின வெண்பா நூல்கள். மூன்றாவதாக வந்தவை கலித்துறையில் செய்யப்பெற்றன. கடைசியாக வந்தவை விருத்தப்பாவினால் செய்யப்பெற்றன. பாட்டியல் பற்றி ஆராய்ந்த இடத்து, நூல்கள் இந்த முறையில் அமைந்திருந்தமை கண்டோம்.. அதாவது கி.பி. 1400 - 1450 ஆகிய கால எல்லைக்குள் தோன்றிய கயாதரத்துக்குக் காலத்தால் முந்தியதாகக் காங்கேயன் நூலை நாம் கருதவேண்டும் (த.இ.வ. 14ஆம் நூ. ப.37) என்று பாட்டியல், நிகண்டு நூல்களின் இலக்கண அமைதியை முழுமையாக உள்வாங்கி உரிச்சொல் நிகண்டின் காலத்தை வரையறை செய்துள்ளார்.

அகச்சான்றுகள்வழி காலம் வரையறுத்தல்

நூலின் அகத்தே இடம்பெறும் அரசர்கள் வள்ளல்கள், புலவர்களின் பெயர்கள், சொல்லாட்சிகள், ஆண்டுகள், பிறகுறிப்புகளைக் கால ஆராய்ச்சிக்கான சான்றாதாரங்களாக மு.அ. பயன்படுத்தியுள்ளார். பெருந்தேவனார் பாடிய பாரத வெண்பாவில், உத்தியோக பருவத்தின் நான்காம் பாடலிலும் உரையிலும், இவர் தம்மை ஆதரித்த பல்லவ அரசனைப் புகழ்ந்து பாடியுள்ளார். அப்பாடலில் வரும் 'தெள்ளாற்றில் வென்றானோடு' என்ற குறிப்பைக் கொண்டு, தெள்ளாற்றில் வென்றவன் மூன்றாம் நந்திவர்மனே என்றும் அவர் காலம் 830-850க்குள் என்று ஏற்கனவே வரையறுக்கப்பட்ட தகவலின் அடிப்படையில், பெருந்தேவனார் காலம் இக்காலப்பகுதியே என்று கணித்துள்ளார். 'வேறெந்த ஆதாரத்தினாலும் விளக்கம் கிடைக்காத போது, சொற்களின் மூலமேனும் விளக்கம் கிடைப்பது பேருபகாரம் என்பதை யாரும் மறுக்க முடியாது. மேலும், சொல்லாராய்ச்சி தக்கமுறையில் நடைபெறுமானால், அதுவே கால வரையறைக்கு மற்றச் சாதனங்களிலும் சிறந்த சாதனமாகவும், திட்டமான பிற சாதனங்களுக்குத் துணைச் சாதனமாகவும் அமையும் (மேலது, முன்னுரை, ப.xiii.) என்ற நிலைப்பாட்டுடனே கால ஆராய்ச்சியை

மேற்கொண்டுள்ளார். மேலும் நூலில் இடம் பெறும் சமூக வரலாற்று நிகழ்வுகள் பாடலில் நடை மற்றும் இலக்கண அமைதி ஆகியன கொண்டும் கால வரையறை செய்துள்ளதைக் காணமுடிகிறது.

ii) வரலாறெழுதியலில் பின்பற்றிய கொள்கைகள்

குறிப்பிட்ட பகுதியை விரித்து எழுதுதல், தனிப்புலவர்களின் வரலாறுகள் கூறுதல், காலவரையறை செய்தல் என்று படிநிலை வளர்ச்சியடைந்து வந்த தமிழ் இலக்கிய வரலாறெழுதியலில் குறிப்பிட்ட ஒரு நூற்றாண்டு இலக்கிய வரலாற்றின் புலவர்களையும், அவர்களின் நூல்களையும் தொகுத்து ஆராயும் முயற்சியைச் சோமசுந்தர தேசிகர் தொடங்கியிருப்பினும், அப்பணியில் கால ஆராய்ச்சியை முதன்மைப்படுத்தித் தொடர்ந்து முன்னேறியவர் மு.அ. மட்டுமே. தமக்கு முன் எழுதப்பட்ட இலக்கிய வரலாற்று நூல்களில் குறைகள் என்று தான் கருதியவற்றைச் சுட்டிக்காட்டியுள்ள மு.அ., அக்குறைகளை எல்லாம் நிறைவு செய்யும் வகையில் தன் இலக்கிய வரலாறெழுதியல் அமையவேண்டும் என்பதில் மிகக் கவனமாக இருந்தார்.

1929 இல் எம்.எஸ். பூரணலிங்கம்பிள்ளை எழுதியுள்ள இலக்கிய வரலாற்று நூலில் பிழையான கருத்துகள் உள்ளபோதிலும் எந்த ஆதாரங்களும் கிடைக்காத காலத்தில் அவரது முயற்சி பாராட்டப்படவேண்டியது என்றும் அவரைத் தொடர்ந்து 1930இல் கா.சு. பிள்ளை எழுதிய தமிழ் வரலாற்று நூலைக் குறித்து, 'கொஞ்சமும் சிறப்புடையதாயில்லை; இவர் எழுதிய காலத்தில் நாட்டு வரலாறும் புலவர் வரலாறும் ஓரளவு நன்கு விளக்கம் பெற்றிருந்தன. ஆனால், இவருடைய நூலோ அவற்றைச் சிறிதும் பயன்படுத்தாது விருப்பு வெறுப்புகளுக்கே இடம் கொடுப்பதாய்ப் பிழை கொண்டதாய்க் காணப்படுகிறது (மேலது, முன்னுரை, ப.xii.) என்று சுட்டிக்காட்டியுள்ளார். இவர்களைத் தொடர்ந்து, அண்ணாமலைப் பல்கலைக்கழகத் தமிழ்த் துறை ஆராய்ச்சிப் பிரிவினரால் 1950களில் மேற்கொள்ளப்பட்ட தமிழ் இலக்கிய வரலாற்றுப் பணியும் இவருக்கு நிறைவைத் தரவில்லை. பல்கலைக்கழக முத்திரையோடு வெளிவந்த இப்புத்தகங்கள், இலக்கிய வரலாற்றறிவுக்கு மேல்வரம்பாகவோ ஆதாரமாகவோ அமைந்திருக்கவில்லை' (மேலது, ப.xiii.) என்று துணிச்சலாகவும் வெளிப்படையாகவும் பதிவு செய்துள்ளார்.

1956இல் வெளியிடப்பட்ட வையாபுரிப்பிள்ளை 'தமிழ் மொழி மற்றும் இலக்கிய வரலாறு' நூலின் கருத்துகளைப் பிறர்

ஏற்றுக்கொள்வது கடினம் என்று அந்நூலின் கருத்துகளை மறுத்துள்ளார். 1965இல் தெ.பொ.மீ.யின் தமிழ் இலக்கிய வரலாற்று நூலை, இருபது நூற்றாண்டு வரலாற்றை முறையாக ஆய்வு செய்த நூல் என்று மு.அ. ஏற்றுக்கொண்டாலும், சமய நூல்கள், நிகண்டு நூல்கள், இலக்கண நூல்கள் போன்றவை அந்நூல்களில் ஆராயப்படாத காரணத்தால் அந்நூலும் முழுமையான வரலாற்றுநூல் இல்லை என்றே கருத்து தெரிவித்துள்ளார்.

முந்தைய இலக்கிய வரலாற்று நூல்களில் நேர்ந்த குறைபாடுகளைச் சுட்டிக்காட்டியுள்ள மு.அ., இக்குறைபாடுகள் இல்லாத வகையில் வரலாற்று உணர்வுடனும், கால ஆராய்ச்சியுடனும், விரிவான விளக்கங்களுடனும் கூடிய இலக்கிய வரலாற்று நூலை எழுத வேண்டும் என்பதுடனும், தமிழில் எழுதப்பெற்ற எல்லா நூல்களையுமே தம்நூலில் ஆய்வுக்குட்படுத்த வேண்டும் என்ற அணுகுமுறையுடனும் 1969இல் தன் முதல் முயற்சியைத் தொடங்கியுள்ளார். இலக்கிய வரலாறு எவ்வாறு எழுதப்படவேண்டும் என்பதிலும், இலக்கிய ஆராய்ச்சி எவ்வாறு செய்யப்படவேண்டும் என்பதிலும் சில கொள்கைகளைத் தனக்கென வகுத்துக் கொண்டிருந்தார்.

* இலக்கிய ஆராய்ச்சி என்பது எவ்வளவுதான் அறிவியல் ரீதியாகச் செய்யப் புகுந்தாலும் மக்கட் சமுதாயத்தினுடைய மரபுகளையும் குறிக்கோளையும் கற்பனைகளையும் உண்மை நிலையையும் அடியோடு மறுத்து எழுதுதல் இயலாது.

* மொழியோ, சமயமோ, வாழ்க்கைத் தத்துவமோ, இலக்கிய இலக்கணமோ எதுவாயினும் கால உணர்வோடு அமைந்தால்தான் அது உண்மைக்குப் பொருந்துவதாய் இருக்கும்.

* பொருளின் தன்மைபற்றி அதற்கென்று ஒரு கோணம் உண்டு. அதன் வழியேதான் அதைப் பார்க்கவேண்டும். அப்போதுதான் அது காட்டும் உண்மை வெளிப்படும். அதைவிட்டு ஒருவர் குற்றம் கண்டு பிடிக்கும் நோக்கோடுதான் பார்ப்பேன் அல்லது என் கோணத்திலிருந்துதான் பார்ப்பேன் என்று முயன்றால் அவர் அந்த ஆராய்ச்சி வேலைக்கு வந்திருக்கக் கூடாது.

* புராண இலக்கியங்களுள் சிறந்தவை, பிற எந்தச் சிறந்த இலக்கியங்களுக்கும் குறைந்தவையல்ல என்று காட்டுவதும் எம் ஆராய்ச்சி நோக்கங்களுள் ஒன்றாகும்.

* புராண இலக்கியம் இடைக்காலத் தமிழில் அளவால் ஒரு பெரும்பகுதி. இதைப் புறக்கணிக்கிற அல்லது தூற்றுகிற எந்த வரலாறும் முழுமையுடையதாகாது. இடைக்காலம் என்ற ஒரு பெருங்கால அளவின் (நானூறு ஆண்டுக்கால அளவின்) மக்கள் வாழ்க்கையைப் பிரதிபலிக்கும் சிறப்பு மிக்க இலக்கியத் துறையை நோக்காத வரலாற்றாராய்ச்சி ஆராய்ச்சியாகாது.

* சங்க இலக்கியம் என்பது இரண்டாயிரத்தைந்நூறு ஆண்டுகளாக வளர்ந்து வந்துள்ள தமிழ் இலக்கியப் பரப்பில் ஓர் ஐந்நூறு ஆண்டுக் காலப்பகுதி. அவ்வளவுதான். பிற காலப் பகுதிகள் இதுபோல் அனேகம் உள்ளன. ஆராய்ச்சியாளர் அவற்றில் இனியேனும் மனம் செலுத்த வேண்டும். ஆனால், பழகியதை விட்டுப் பிரிவது யாருக்கும் எளிதன்று. நெடுங்காலம் அறிஞர் உலகம் மேற்கொண்டிருந்த சங்கநூல் ஆராய்ச்சியை ஒதுக்கி வேறு திசையில் திரும்புவது அவசியம் என்று யாம் நினைக்கிறோம்.

* வரலாற்று வளர்ச்சியில் கூடக் கவிச்சுவையுணர்வும் சேர்ந்து அமைய வேண்டும் என்பது எமது கருத்து.

* தமிழிலக்கிய வரலாறு முழுவதையும், செம்மையாய் வரலாற்று முறையில் அறிவதற்கும் அதன் வளர்ச்சியையும் போக்குகளையும் சிறப்புகளையும் எடுத்துரைப்பதற்கும் அடிப்படையான முதல் தேவை, நூல்கள் அனைத்தையும் குறித்த திட்டமான கால அறிவு

* காலத்தைக் குறித்த திட்டமான அடிப்படை வரையறுத்த பின் அதன் மேல்தான் நூல் ஆராய்ச்சி என்ற கட்டிடத்தைச் செம்மை பெற எழுப்புதல் இயலும்.

* இலக்கிய வரலாறு என்பது வெறும் நூல்களின் பட்டியல் அல்லது ஆசிரியர் பட்டியல் என்பதாக மட்டும் இருந்தால் பயனில்லை. திறனாய்வு என்று இக்காலத்தவர் சொல்கின்ற இலக்கிய விமரிசனமும் ஏற்ற பெற்றி செய்தால்தான் வரலாற்றறிவு பூர்த்தியாகும். அதற்குப் பொருளும் உண்டு.

* தமிழ் இலக்கிய வரலாறு ஆராய முற்படும்போது நாட்டின் சரித்திரமும் சமயத்தின் வரலாறும், மொழியின் வரலாறும் அறிந்தவர்தான் இலக்கிய வரலாற்றில் உண்மையைக் காண முடியும்.

என்று தம் நூல்களில் மு.அ. பரிந்துரைத்துள்ள இக்கருத்துகள், முறையான தமிழ் இலக்கிய வரலாறு எவ்வாறு எழுதப்படவேண்டும் என்பதில் மு.அ.வுக்கு இருந்த தெளிவைக் காட்டுகிறது. இவ்வாறு பரிந்துரைத்ததுடன் நில்லாமல் அந்தச் செல்நெறியுடனே தன்னுடைய நூல்களையும் மு.அ. உருவாக்கியுள்ளார்.

தன்னுடைய நூல்களில் தான் கூறியுள்ள கருத்துகளே முடிவானவை என்று அவர் எங்கும் வலியுறுத்தவில்லை. ஆராய்ந்து தக்க சான்றுகளைக் கொண்டு காணும் புது முடிவுகளை யாமே வரவேற்போம் என்று திறந்த ஆராய்ச்சி மனம் கொண்ட அணுகுமுறையை அவரது வரலாறெழுதியலில் காணமுடிகிறது. ஆனால், அத்தகைய புது ஆய்வு முடிவுகள் வெளிப்படும் வரையில் தமது முடிவுகளே ஏற்கத்தக்கவை என்பதிலும் மு.அ. உறுதியாக இருந்தார்.

iii) இலக்கிய வரலாற்று நூல்களின் தனிச்சிறப்புகள்

மு.அ.வின் இலக்கிய வரலாற்று நூல்கள் அமைப்பிலும் நடையிலும் எடுத்துரைப்பிலும் பல்வேறு சிறப்புக்கூறுகளைப் பெற்று தனித்துவம் பெற்றுத் திகழ்கின்றன.

அறியப்படாதிருந்த நூல்களை அடையாளம் காட்டுதல்

எட்டு நூற்றாண்டு இலக்கிய வரலாறுகளை எழுதிய மு.அ., ஏறக்குறைய 717 நூல்களைக் குறித்துத் தம் நூல்களில் பதிவு செய்திருக்கிறார். இவருக்கு முன் இலக்கிய வரலாறு எழுதிய பலரால் கவனப்படுத்தப்படாத நூல்கள் இவரது அரிய முயற்சியால் அறிமுகப்படுத்தப்பட்டுள்ளன. (நூற்றாண்டு வாரியாக இலக்கிய வரலாற்றை எழுதி அசுர சாதனை செய்துள்ள அறிஞர். மு.அருணாசலம் மட்டுமே அரிய நூல்கள் பலவற்றைத் தமிழ் உலகிற்கு வெளிப்படுத்தி உள்ளார்) (அறியப்படாத தமிழ் இலக்கிய வரலாறு ப.2) என்று அறியப்படாத தமிழ் இலக்கிய வரலாற்று நூலாசிரியர் சு. வேங்கடராமன் குறிப்பிட்டுள்ளார்.

உத்தர நல்லூர் நங்கை என்னும் பெண் கவிஞர் பாடிய பாய்ச்சலூர்ப் பதிகம் என்னும் நூலைத் தன் 15ஆம் நூற்றாண்டு வரலாற்றுத் தொகுதியில் மு.அ. ஆராய்ந்துள்ளார். பாய்ச்சலூர் கிராமத்திலுள்ள உயர் சாதிக்காரர்களின் ஆதிக்கத்தை எதிர்த்து, ஒடுக்கப்பட்ட பெண்ணின் குமுறல்களாக அந்நூலின் பாடல்கள் அமைந்துள்ளன. 'தமிழின் முதல் தலித் இலக்கியமாகக் கருதப்படும் இப்பாய்ச்சலூர்ப் பதிகத்தை வேறு இலக்கிய வரலாற்றாசிரியர்கள் பதிவு செய்யவில்லை. 15ஆம் நூற்றாண்டுத் தமிழ் இலக்கிய வரலாற்றில் மு. அ. மட்டுமே இந்நூல் பற்றி கூறியுள்ளார். 'தமிழ் இலக்கிய வரலாறு' எழுதியவர் வேறு எவரும் இந்நூலைக் குறிப்பிடவில்லை' (மேலது ப.85) என்று மு.அ.வுக்கு முந்தைய இலக்கிய வரலாறுகளோடு இவரது வரலாற்று நூல்களையும் ஒப்பிட்ட சு. வேங்கடராமன் பதிவு செய்துள்ளார்.

வடமொழியில் உள்ள பகவத்கீதையைத் தமிழில் முதன்முதலில் பாடல்களாகவே மொழியாக்கம் செய்து பாடப்பட்டதும் ஆதிசங்கரரின் அத்வைத வேதாந்தக் கோட்பாடுகளைக் கொண்ட இலக்கிய வரிசையின் முதல் நூலுமான பரமார்த்தத் தரிசனம், ஜெயங்கொண்டாரின் தீபங்குடிப்பத்து, வைணவ வியாக்கியானங்கள், தத்துவராயரின் பாடுதுறை என்று பலரும் கவனப்படுத்தாத இலக்கியங்களை மு.அ. அறிமுகப்படுத்தியுள்ளார். பதினாறாம் நூற்றாண்டின் இலக்கியச் செழுமையை முழுமையாகத் தொகுத்துக் கொடுத்தவர் மு.அ. ஒருவரே எனலாம். 16ஆம் நூற்றாண்டு வரலாற்றைச் சோமசுந்தர தேசிகர் 250 பக்கங்களில் எழுதியிருக்க மு.அ.வோ 1250 பக்கங்களில் மூன்று தொகுதியாக எழுதியுள்ளார். 'பதினாறாம் நூற்றாண்டைப் பற்றித் தெரிந்து கொள்வதற்கு, இவருடைய நூல்களைத் தவிர வேறெந்த எழுத்துகளும் தமிழில் இல்லை என்பதைக் குறிப்பிட்டே ஆக வேண்டும்.' (கோயில் நிலம் சாதி, ப.82) என்று மதிப்பிடுகிறார் பொ. வேல்சாமி.

கவித்துவ நடை

கால ஆராய்ச்சியே மு.அ.வின் நூல்களில் முதன்மை பெறுவதால் வறட்டுத் தன்மை தவிர்க்க முடியாத ஒன்று. ஆனால், அவ்வறட்டுத் தன்மை புலப்படாத வகையில் சுவைமிக்க இலக்கியப் பாடல்களைத் தெரிவு செய்து ஆங்காங்கு அமைத்துள்ளதுடன், அவரது நடையிலும் கவித்துவம் வெளிப்பட்டு நிற்கிறது. 'வையாபுரிப்பிள்ளை, தெ.பொ. மீனாட்சிசுந்தரனுக்கு அடுத்துத்

தமிழ் இலக்கிய வரலாற்றைக் கவித்துவ நடையில் உருவாக்க முனைந்தவர்களுள் மு. அருணாசலத்தை முதன்மைப்படுத்திச் சொல்லவேண்டும்' (செ.ரவீந்திரன் திருச்சிற்றம்பல அருணாசலனார் நூற்றாண்டு மலர், ப.35). வறட்டுத் தன்மையின்றியும் படிப்போருக்குச் சலிப்பை ஏற்படுத்தாத வகையிலும் கவித்துவத்துடன் வரலாற்று நூல்களை மு.அ. உருவாக்கியுள்ளார்.

பன்னிரண்டாம் நூற்றாண்டு இலக்கிய வரலாற்றில் பெரியபுராணத்தின் ஒட்டுமொத்தச் சிறப்புகளைத் தொகுத்து இவர் எழுதியுள்ள பகுதி, வரலாற்று நூல் என்பதை மறக்கச் செய்யும் வகையில் கவித்துவம் வாய்ந்ததாக அமைந்துள்ளது. 'காவியச் சுவை விரும்புவோருக்கு இது ஒரு பெருங்காவியம், பக்தி கொண்டவருக்கு இது பக்தி சுரக்கும் சுனை. ஞான நாட்டம் கொண்டவர்களுக்கு ஞானாசிரியன். தன்னை மறந்து அடிமைத் திறத்தில் நிற்போருக்குப் பயிற்சி சாலை. தமிழை விரும்புவோருக்குச் சிறந்த தமிழிலக்கியம். சீர்திருத்தம் விரும்புவோருக்குச் சிறந்த புத்துலகம் காட்டும் கண்ணாடி. அல்லல்பட்டோருக்கு அமைதி தரும் அருள் நிழல். ..சுருங்கச் சொன்னால் தமிழ் மக்களின் வாழ்க்கைப் பெருங்காப்பியம்' (த.இ.வ.12ஆம்நூ.ப.241) என்றும், 'ஆழ்வார் காலத்து அருட்பாசுரங்கள் நாத முனிகள், ஆளவந்தார் காலங்களில் அரும்பாகவும் போதாகவும் இருந்து இராமானுசர் காலத்தில் மலராக விரிகின்றன' (த.இ.வ.11ஆம் நூ. ப.XXX) என்றும் அமைந்துள்ள வரிகள் வரலாறெழுதியலில் இவரது கவித்துவ நடைக்குச் சான்றாகும்.

ஆரம்பக் காலங்களில், டி.கே.சி.யுடன் கொண்டிருந்த நட்பின் காரணமாகவும், இலக்கிய நயம் பாராட்டி இதழ்களில் கட்டுரைகள் எழுதிக்கொண்டிருந்ததன் விளைவாகவும் மு.அ.வுக்குக் கவிச்சுவையுடன் எழுதுவது என்பது வலிந்து எழுதப்படுவதாக அல்லாமல் இயல்பாக அமைந்ததொன்றாகிவிட்டது.

முன்னுரைகள்

இலக்கிய வரலாற்று நூலின் ஒவ்வொரு தொகுதிக்கும் விரிவான முன்னுரை எழுதுதல் என்பது மு.அ.வின் எழுதுநெறிகளுள் ஒன்று. அவற்றைத் தொகுத்துத் தனி நூலாக வெளியிடும் அளவிற்கு அளவாலும் பொருளாலும் அவை முக்கியத்துவம் பெற்றுத் திகழ்கின்றன. இலக்கிய வரலாற்றெழுதியல் துறையில் இவருக்கு முன் எழுதப்பட்ட நூல்கள், அவற்றில் காணப்பெறும் நிறை

குறைகள், இவரது நூல்களின் அமைப்பு, அணுகுமுறை, கால ஆராய்ச்சிக்குப் பயன்படும் சான்றாதாரங்கள், வரலாற்றுப் பார்வையின் பொருத்தப்பாடுகள், தம் நூல்களுக்குப் பயன்பட்ட ஆதார நூல்கள், ஒவ்வொரு தொகுதியிலும் புது விளக்கம் பெறும் நூல்கள், நன்கு ஆராய்ந்து கால வரையறை செய்யப்பெற்ற நூல்கள், இலக்கிய வரலாறு இனிவரும் காலங்களில் எவ்வாறு எழுதப்பட வேண்டும் என்ற பரிந்துரைகள் போன்ற பல்வேறு கருத்துகளின் தொகுப்பாக ஒவ்வொரு தொகுதியிலும் ஒரு பொது முன்னுரை எழுதப்பட்டுள்ளது.

இப்பொது முன்னுரை மட்டுமன்றி, ஒவ்வொரு நூற்றாண்டுத் தொகுதிக்குமான சிறப்பு முன்னுரையும் எழுதப்பட்டுள்ளது. அப்பகுதியினுள் அந்நூற்றாண்டில் எழுந்த இலக்கிய இலக்கண நூல்கள், அந்நூல்கள் தோன்றுவதற்குக் காரணமான அரசியல் சூழல், தமிழ்நாட்டுச்சூழல், வடநாட்டுச் சூழல், அந்நூற்றாண்டுக் காலப்பகுதியில் ஆட்சி செய்த அரசர்கள், அவர்தம் ஆட்சிமுறை போன்றன விரிவாக விளக்கப்பட்டுள்ளது. இச்சிறப்பு முன்னுரைகள் அந்நூற்றாண்டு இலக்கிய வரலாற்றுக்கான நுழைவாயில் போல் அமைந்திருப்பதுடன் அக்கால இலக்கிய மற்றும் சமூகத் தோற்றத்திற்கான அரசியல் பின்புலங்களைத் தெளிவாகப் படம்பிடித்துக் காட்டுகின்றன.

அட்டவணைகள்

மு.அ.வின் இலக்கிய வரலாற்று நூல்களில் மற்றுமொரு சிறப்புச் செயல்பாடாக இடம்பெறுவன அட்டவணைகள். இலக்கிய வளர்ச்சியின் படிநிலைகளை, பல பக்கங்களில் எழுதப்பட்ட கருத்துகளின் சாரங்களைத் தொகுப்பாக ஓரிடத்தில் அறிவதற்கு இந்த அட்டவணைகள் உதவுகின்றன. இவரது வரலாற்று நூல்கள் அனைத்திலும் அட்டவணைகள் இடம்பெற்றுள்ளன. இதுவரையில் யாருமே இவ்வகை அட்டவணைகளைத் தம் ஆராய்ச்சியுரைகளில் காட்டியதில்லை. ‘யாம் தந்துள்ள அட்டவணைகளைக் காணும்போது இவற்றை அமைத்தல் எவ்வளவு கடினம் என்பதையும் ஆனால், இவை எத்துணைச் சிறந்த பயனுடையன என்பதையும் நன்குணரலாம்’ (த.இ.வ, 10ஆம் நூ., முன்னுரை, ப.xiii.) என்று மு.அ. கூறியிருப்பதில் அட்டவணைகள் உருவாக்குவதில் மு.அ. செலுத்திய உழைப்பையும் அவர் காட்டியுள்ள ஈடுபாட்டையும் உணர்த்துகிறது. இலக்கிய வரலாற்றில் இது முதல் முயற்சி என்று மு.அ. குறிப்பிட்டுள்ள கருத்தை, ‘இன்று

பாடத்திட்ட இலக்கிய வரலாறுகளில் நீங்காத இடம் பெறுகிற அட்டவணைகளை முதன்முதலாக அறிமுகம் செய்த பெருமை மு.அருணாசலத்தையே சேரும்' (த. ஞானவேலு, தமிழ் இலக்கிய வரலாற்றெழுதியல், ஆய்வேடு, செப்டம்பர்; 2006, ப.334.)என்று இலக்கிய வரலாற்று ஆய்வாளர்களும் உறுதிசெய்கின்றனர்.

பதிப்புச் செய்திகள்

தான் ஆய்வுக்கு உட்படுத்தும் நூல்களின் பதிப்புச்செய்திகளைப் பற்றி தமது நூல்களில் குறிப்பிடுவதையும் ஒரு நெறியாக மு.அ. பின்பற்றியுள்ளார். ஒரு நூலிற்கு அமைந்த பல்வேறு பதிப்புகளையும் குறிப்பிடுவதோடு அவற்றுள் சிறந்த பதிப்பு எது என்பதனையும், குறைகள் உள்ள பதிப்பு எது என்பதனையும் சுட்டிக்காட்டியுள்ளார். நூலைப் பதிப்பித்தோர், பதிப்பிக்கப்பட்ட ஆண்டு. பதிப்பில் ஆய்வுரைகள், குறிப்புரைகள் உள்ளனவா? அப்பதிப்பிற்கான ஏடு பெறப்பட்ட வரலாறு போன்றனவும் நூலின் அச்சாக்கம் குறித்தும் செய்திகளைக் கொடுத்துள்ளார்.

பதிப்புப் பணியில் ஈடுபட்டுப் பல்வேறு நூல்களைப் பதிப்பித்த மு.அ., ஒரு நூலின் பதிப்பானது சிறப்பாக அமைய வேண்டும் என்பதில் மிகக் கவனமாக இருந்துள்ளார். அவ்வாறு அமையாத பதிப்புகளை அவற்றின் குறைகளை மிகத் துணிச்சலுடன் சுட்டிக்காட்டியும் உள்ளார். 'மிகவும் சிதிலமான ஓர் ஏட்டிலிருந்து இப்பகுதி எடுத்தெழுதி அச்சிடப்பட்டுள்ளது உண்மை. ஆனால், இப்பகுதி பதிப்பு என்ற பெயருக்கே தகுதி இல்லாத முறையில் அச்சிடப்பட்டுள்ளது.' (த.இ.வ.9ஆம் நூ. முதல்பாகம், ப.37) எதுகை, மோனை, அசை, சீர், அடி, பாட்டு என்ற உறுப்புகளைச் சிறிதும் ஆராயாமலே நூல் அச்சிடப்பட்டுள்ளது என்று பாரத வெண்பா நூலின் பதிப்புக் குறித்து எழுதியுள்ளார்.

பிற்சேர்க்கை

அச்சுப் பண்பாட்டின் இன்றைய தொழில்நுட்ப வளர்ச்சியில், ஒரு நூல் எழுதி முடித்து தட்டச்சுச் செய்து முடித்த பின்பு, அச்சாக்கத்தின்போதுகூடச் சில கருத்துகளை இணைப்பதற்கும் நீக்குவதற்குமான சாத்தியப்பாடுகள் மிக எளிதாக அமைந்துள்ளன. ஆனால், 1970களில், தட்டச்சு செய்த பின்பு இடையில் இணைப்பதற்கான சாத்தியக் கூறுகள் இல்லை. கூடுதலாகக் கிடைக்கும் செய்திகள் இரண்டாம் பதிப்பின்போது

இணைக்கப்பட்டுத் திருத்தப்பதிப்பாகத் தான் பதிப்பிக்கப்படும். ஆனால், மு.அ.வோ தம் நூல்களின் தட்டச்சு முடிந்த நிலையில், ஒரு குறிப்பிட்ட பகுதியுடன் இணைக்க வேண்டும் என்று நினைத்த குறிப்புகளைக் குறிப்பிட, இரண்டாம் பதிப்பு வரை காத்திருக்கவில்லை. அந்தந்த அத்தியாயத்தின் இறுதியிலேயே பிற்சேர்க்கையாக அச்செய்திகளை எழுதிக், குறிப்பிட்ட தலைப்பில் இணைத்துப் படித்துக் கொள்ளும்படியான ஒரு உத்தியைக் கையாண்டுள்ளார். இவர் அமைத்துள்ள இப்பிற்சேர்க்கைப் பகுதி தமிழிலக்கிய வரலாற்றில் முதன் முதலாக அறிமுகப்படுத்தப்பட்டவை என்று இலக்கிய வரலாற்று ஒப்பீட்டு ஆய்வாளர்கள் குறிப்பிட்டுள்ளனர்.

'எவ்வளவு தான் கவனமாய்ச் சிந்தித்துக் கருத்துகளைத் தொகுத்து ஒருமுகப்படுத்தியபோதிலும் கூடப் பல விட்டுப்போகின்றன. முக்கியமான சில கருத்துகளே விடுபடுகின்றன. இவற்றை அடுத்த பதிப்பிற்குப் பயன்படுத்திக் கொள்வது எளிது. இங்கு அப்படிச் செய்யாமல் முடிந்தவரை அந்தந்த அத்தியாயத்தின் இறுதியில் விடுபட்ட குறிப்புகளாகத் தந்துள்ளோம். இவையன்றிப் பின்னும் பல செய்திகள் குறிப்பிட முடியாமல் சில குறிப்புகள் என்ற பகுதியில் பக்க எண் குறிப்பிட்டுத் தரப்பட்டுள்ளன. இவை அனைத்தையும் வாசகர்கள் உரிய இடத்தில் பொருத்தி வாசித்துக் கொள்வது பயனுடையது (த.இ.வ.12ஆம் நூ. முதல்பாகம், முன்னுரை, ப.xxii.) என்று இப்பிற்சேர்க்கைப் பகுதியின் முக்கியத்துவத்தைத் தெளிவுப்படுத்துகிறார்

அரிய சொல்லாட்சிகளை விளக்குதல்

ஒரு இலக்கியத்தில் இடம்பெறும் சொல்லாட்சியானது அந்த இலக்கியத்தின் பல்வேறு கூறுகளைத் தீர்மானிக்கும் காரணியாக இருப்பதால், தம் வரலாறெழுதியலுக்கு அவற்றைச் சிறந்த சான்றாதாரமாக மு.அ. பயன்படுத்தியுள்ளார். மேலும், இலக்கியங்களில் இடம்பெறும் அரிய சொற்களை விளக்கும் செயல்பாட்டையும் மேற்கொண்டுள்ளார். 'இவர் உரையில் 'வைத்து' என்ற அசைச் சொல் பலவிடத்தும் காணப்படுகிறது. இச்சொல் தென்பாண்டி நாட்டில் மட்டும் இவ்வாறு இன்றுங் கூட ஆட்சியிலுள்ளது. ஆதலால் ஆசிரியரின் ஊரான செழுவை, பாண்டி நாட்டிலுள்ளது என்ற கருத்து பொருந்தக்கூடியதே' (த.இ.வ.11ஆம் நூ. ப.58) என்று திருக்குறள் உரையாசிரியர் பரிப்பெருமாளின் ஊரைக் கணிக்கச் சொல்லாட்சியையும் ஒரு ஆதாரமாகப்

பயன்படுத்தியுள்ளார். மேலும், பழுதைக்கட்டிச் சிற்றம்பல நாடிகள் என்பவரைப்பற்றிக் குறிப்பிடுகையில் பழுதைக்கட்டி என்ற அரிய சொல்லுக்கான விளக்கத்தையும் கூறியுள்ளார். உலகத்தவர் தம் உடலை இடவும் வேண்டாம்; சுடவும் வேண்டாம்; எந்தக் கிரியையும் உடலுக்குச் செய்யவேண்டாம். காலைப்பிடித்துக் கரகரவென்று இழுத்து ஆற்றிலெறிந்து விட்டால் போதும். அதுவே பழுதைக்கட்டி என்று குறித்துள்ளார். இவ்வாறு சமயச் சொல்லாடல்கள், அரிய சொல்லாட்சிகள், சொற்களின் பழமையான இலக்கியப் பயன்பாடு, சொற்களின் இலக்கிய நயம் போன்றன இவரது நூல்களில் விளக்கம் பெறுகின்றன.

ஒப்பாய்வு

இரண்டாயிரம் ஆண்டு தொடர்ச்சியாக வளர்ந்து வந்துள்ள தமிழ் இலக்கியப்பரப்பை முழுவதும் உள்வாங்கியிருந்த மு.அ., தன் பன்னூல் புலமை மற்றும் நினைவாற்றல் காரணமாகத் தொடர்புடைய இலக்கியப்பகுதிகளை ஒப்பிட்டுக் கூறுகின்ற முறையையும் தன் வரலாறெழுதியலில் மேற்கொண்டுள்ளார்.

உலகியலுக்கு வேண்டிய நல்லொழுக்கத்தைத் தனித்தனி வரிகளில் சிறப்பாக எடுத்துரைக்கும் வெற்றி வேற்கை நூலைக் குறித்து எழுதுகையில், அவ்வாறு எழுதும் முறைமை வேறு எந்தெந்த நூல்களில் காணப்படுகிறது என்ற குறிப்பினையும் கொடுத்துள்ளார். 2ஆம் நூற்றாண்டின் நூலான கலித்தொகை நெய்தல் திணையுள் வரும் 'ஆற்றுதலென்ப தொன்றலந்தவர்க் குதவுதல்' என்ற பாடலுடனும், 14ஆம் நூற்றாண்டு சமண சமய இலக்கியமான சீவசம்போதனை என்ற நூலில் 'அறிவெனப் படுவது துன்பந்துடைத்தல்' என்ற பாடலுடனும் ஒப்பிட்டு ஒரே வித இலக்கியங்கள் காலந்தோறும் வளர்ந்து வந்துள்ள தன்மையை விளக்கியுள்ளார்.

மேலும், பாரத வெண்பா நூலாராய்ச்சியில் 'அக்குரோணி' என்ற அளவை பற்றிக் கூறுகையில், பாரத வெண்பா கூறியுள்ள அளவெண்ணிக்கையோடு, வடநூல் திவாகர நிகண்டு, பிங்கல நிகண்டு கூறும் அளவெண்ணிக்கைகளை ஒப்பிட்டு விளக்கியுள்ளார். ஒரே இடத்தில் பல்வேறு இலக்கியச் செய்திகளையும் அறிந்துகொள்ளும் வகையில் இவரது ஒப்பாய்வு அமைந்துள்ளது.

பிறவகை இலக்கியம்

மு.அ.வின் இலக்கிய வரலாற்று நூல்களில் இடம்பெறும் இயல் தலைப்புகளில் 'பிற வகை இலக்கியம்' என்ற தலைப்பு பிற வரலாற்று நூல்களில் காண இயலாத தனித்துவம் மிக்கது. 'இலக்கிய வரலாறானது அச்சமுதாயத்தின் அன்றேல் குழுமத்தின் சிந்தனை வரலாறாகவும் அமைய வேண்டுமெனில் இலக்கியமல்லா எழுத்துக்களும் பெருமுக்கியமுடையனவாக அமையும்' (தமிழில் இலக்கிய வரலாறு, ப.172.) என்ற கா. சிவத்தம்பியின் கருத்திற்கிணங்க இலக்கிய வரலாற்று நூல்களை எழுதியோர், இலக்கியம் என்று கருதாத நூல்களை, இலக்கியம் என்று தமிழ்ச் சமூகத்தினர் ஏற்க மறுக்கும் நூல்களைப் 'பிற வகை இலக்கியம்' என்ற பகுதியில் ஆராய்ந்துள்ளார். தமிழில் எழுதப்பட்ட அனைத்துத் துறை சார்ந்த நூல்களும் இலக்கியவரலாற்றில் இடம்பெறவேண்டும் என்பதே மு.அ.வின் அணுகுமுறையாக இருந்துள்ளது.

5. தமிழ் இசை வரலாற்று நூல்கள்

ஆப்ரகாம் பண்டிதர், விபுலானந்தர், வீ.ப.கா.சுந்தரனார் ஆகியோர் உருவாக்கிய தமிழ் இசை வரலாற்றின் முழுமையாக மு.அ. அவர்களின் தமிழ் இசை வரலாற்றுத் தொகுதிகளைக் கருதலாம்- (வீ.அரசு, ரோஜா இதழ், ஜனவரி 2012.)

தமிழ் இலக்கிய வரலாற்று நூல்களை ஒவ்வொரு நூற்றாண்டுக்கும் தனித்தனியாக எழுதத் தொடங்கிய 1960களின் இறுதிக்காலத்திலேயே அந்தந்த நூற்றாண்டுக்குமான இசை தொடர்பான நூல்களையும் தகவல்களையும் தொகுத்துக் கொண்டதுடன் அக்காலத்திலேயே இசை இலக்கிய, இலக்கண வரலாற்று நூல்களையும் மு.அ. எழுதத் தொடங்கிவிட்டார் என அறியமுடிகிறது. 'தமிழ் இலக்கிய வரலாற்றை முப்பது புத்தகங்களுக்கு மேலாக முறையாகத் திட்டமிட்டு எழுதி வருகின்ற யாம் இசை இலக்கிய வரலாற்றையும் விரிவாக ஆராய்ந்து பெருந்தொகுதியாக எழுதியிருக்கிறோம். அந்த வரலாற்றின் ஒரு பகுதியே கருநாடகச் சங்கீதம் தமிழிசை -ஆதி மும்மூர்த்திகள் நூலில் சொல்லப்பட்டுள்ள சரித்திரங்கள்.' (கருநாடகச் சங்கீதம் தமிழிசை ஆதி மும்மூர்த்திகள், ப.12) என்று 1985ஆம் ஆண்டு வெளியிட்ட இந்நூலில் குறிப்பிட்டுள்ளார்.

தியாகய்யர், சியாமா சாஸ்திரிகள், முத்துசாமி தீட்சிதர் ஆகியோரே கருநாடகச் சங்கீத மும்மூர்த்திகள் என்று அறியப்பட்டிருந்த வரலாற்றை மறுக்கும் வகையில் முத்துத்தாண்டவர், மாரிமுத்தாப் பிள்ளை, அருணாசலக் கவிராயர் ஆகியோர் கர்நாடக சங்கீதத்தின் ஆதிமும்மூர்த்திகளாக இருந்துள்ளனர் என்பதைக் கால வரையறையுடன் கூடிய ஆராய்ச்சியை மேற்கொண்டு, தமிழிலும் ஆங்கிலத்திலும் முறையே தியாகராய நகர், ஆழ்வார்பேட்டை சர்.சி.வி. இராமசாமி ஐயர் நிறுவனங்களில் 1980களின் தொடக்க காலத்தில் உரை ஆற்றியிருக்கிறார். அவ்வுரையைக் கேட்டுப் பாராட்டிய சென்னை இந்து அறநிலையத்துறை ஆணையராக இருந்து ஓய்வு பெற்ற யு.சுப்பிரமணியன் அவர்கள் தம் அறநிலையத்தின் மூலம் 'கர்நாடக சங்கீதம் தமிழிசை - ஆதி மும்மூர்த்திகள்' எனும் நூலாக அதை 1985ல் வெளியிட்டுள்ளார். ஆதி மும்மூர்த்திகள் ஒவ்வொருவரையும் தனித்தனியே ஆராய்ந்து அவர்கள் தமிழிசைக்குப் புரிந்த தொண்டுகளை விளக்கி இருக்கிறார். இந்நூலிற்கு அன்றைய தமிழ்நாடு சட்டமன்ற மேலவைத் தலைவராக இருந்த

ம.பொ.சிவஞானம் அவர்களும் கலைமாமணி டாக்டர் எஸ். இராமநாதன் அவர்களும் அணிந்துரை வழங்கியுள்ளனர். இந்நூல் கல்லூரிகளில் பட்டப்படிப்பிற்குப் பாடமாக வைக்கத் தகுதியுடையதாகும் (கருநாடகச் சங்கீதம் தமிழிசை ஆதி மும்மூர்த்திகள், ப.1) என்று ம.பொ.சி. பாராட்டியுள்ளார்.

இதே பொருண்மையில் மு.அ. எழுதிய ஆங்கில நூலை International Society for the Investigation of Ancient Civilizations எனும் அமைப்பு, 'Musical Tradition of Tamil Nadu' எனும் தலைப்பில் 1989இல் வெளியிட்டுள்ளது.

1400 பக்கங்களில் இரு தொகுதிகளாலான தமிழ் இசை இலக்கிய வரலாறு, தமிழ் இசை இலக்கண வரலாற்று நூல்கள் மு.அ. வாழ்ந்த காலத்திலேயே முழுமையாக எழுதி முடிக்கப்பட்டிருந்தன. 'பத்தாண்டுகளுக்கு மேலாக தமிழ் இலக்கிய வரலாற்றை முறையாகப் பல தொகுதிகளாக எழுதத் திட்டமிட்டு எழுதி வரும்போது தமிழிசை இலக்கியத்திலும் மனம் சென்றது. இசைப் பாடல்களும் இலக்கியமே. ஆதலால் அவற்றின் வரலாற்றை ஆய்வதும் எமக்கு அவசியமாயிற்று. தமிழ்நாட்டில் தியாகையரோடு தான் இசையே தொடங்கிற்று என்று கருதுகின்ற இருள் மூடிய இசைவாணரிடையே தியாகையருக்கு முந்தி இருந்த தமிழ் இசைவாணரைப் பற்றிய ஆய்வுக் கருத்துக்களைப் பலமுறை தமிழிலும் ஆங்கிலத்திலும் சொற்பொழிவுகளாகப் பேசிய பிறகு அவற்றின் சாரத்தை ஒரு சிறு நூலாகத் தமிழிலும் ஆங்கிலத்திலும் வெளியிடவும் நேர்ந்தது. அதன் தொடர்பாக நிகழ்ந்த ஆராய்ச்சியின் விளைவே இரண்டு தொகுதிகளாக வெளியிடப்படுகின்ற இப்புத்தகம்' (தமிழ் இசை இலக்கிய வரலாறு, முகவுரை, ப.3.)என்று நூல்களை வெளியிடுவதற்கேற்ற வகையில் முன்னுரையைக் கூட அவர் எழுதி முடித்த பின்னும் அவர் வாழ்ந்த காலத்தில் அவை வெளிவரவில்லை. அவர் மறைந்து 17 ஆண்டுகள் கழித்து அவர் நூற்றாண்டு விழாவில் திரு. உல. பாலசுப்பிரமணியம் அவர்களால் மு.அ. விரும்பிய பதிப்பு நெறிப்படியே பதிப்பித்து வெளியிடப்பட்டன.

'இந்த இசை இலக்கிய வரலாற்றில் எந்தச் செய்தியையும் மிகைப்படுத்திச் சொல்லவில்லை. இதுவரையில், இசை அன்பர்களும் ஏனைய வாசகரும் பொதுமக்களும் தமிழில் சிறப்பான இசை இல்லை. ஏதோ தேவாரம் எல்லாம் இருந்தது. அது ஏதோ ஓதுவார்கள் தாளம் தட்டிக் கொண்டு பாடியது. அது

இசையாகாது. இசையெல்லாம் ஒன்றே ஒன்று தான். அது கருநாடக இசை என்று சொல்லப்படுவது. அது தியாகராச சுவாமிகளோடு தான் தொடங்கிற்று என்றே அனைவரும் கேட்டுப் பழகியிருக்கிறார்கள். யாரேனும் திருப்புகழ் என்றோ, நந்தனார் கீர்த்தனை என்றோ, காவடிச்சிந்து என்றோ சொன்னால் அதெல்லாம் வெறும் துக்கடா, கச்சேரிக்கு ஆகக்கூடிய இசை அன்று என்ற கருத்துத்தான் நிலவி வந்திருக்கிறது. தமிழ்நாட்டு கீர்த்தனம் ஆகுமா? அது கச்சேரிக்குரிய முழுமையுடையதா என்றெல்லாம் மக்கள் பெருத்த சந்தேகத்துடன் பார்க்கிறார்கள். இந்த நூல் முழுமையும் இப்படிப்பட்ட சந்தேகத்தை நீக்குவது ஒரு நோக்கம். அதைவிட முதன்மையான நோக்கம் கர்நாடகச் சங்கீதம் என்ற ஒன்று இல்லை. அந்தப் பெயரால் சொல்வதெல்லாம் தமிழிசை தான். தமிழிசையிலிருந்து வளர்ந்தது தான் என்று எடுத்துக்காட்டுவது தான் மற்றொரு நோக்கம்' (தமிழ் இசை இலக்கிய வரலாறு, முகவுரை, ப.2.)என்று தன் இசை வரலாற்று நூல்களுக்கான நோக்கத்தை நூலின் தொடக்கத்திலேயே தெளிவுபடுத்தியுள்ளார்.

தமிழ் மக்களிடையே பேச்சில் வழங்கும் கருநாடகம் என்னும் சொல்லுக்குப் பழமையான பொருள் என்பதே அர்த்தம் என்றும் தமிழ்ச்சங்கீதம் என்பது பழமையானது என்ற கருத்தாலேயே 'கருநாடக சங்கீதம்' என்று அழைக்கப்படுவதாகவும் மு.அ. கூறுகிறார். அது ஏதோ வடமொழிச் சொல் என்று கருதி அதன் மீது ஒரு சந்தேகப் பார்வையும் விரோத மனப்பான்மையும் கொள்வதில் அர்த்தம் இல்லை என்றும் தமிழிசையின் பழமையை விளக்கவே கர்நாடக சங்கீதம் என்னும் பெயர் வழக்கத்தில் வந்துள்ளதாகவும் ஆசிரியர் எடுத்துக்காட்டுகிறார். 'கர்நாடக இசை என்று சொன்னாலும் தமிழிசை என்று சொன்னாலும் வேற்றுமை இல்லை. தமிழிசை தான் பிற்காலத்தில் தியாகராச சுவாமிகளுக்குப் பின் மேளக்காரர்கள் வசமிருந்த இசை, பிராமண வித்துவான்களால் சிறப்புற்ற, போது இது வேறு என்ற போட்டி நிலை உருவாயிற்று. கருநாடக இசையும் தமிழிசையும் ஒன்றுதான் என்பது சுத்தம். இரண்டும் வேறு என்பது களங்கம்' (கருநாடகச் சங்கீதம் தமிழிசை ஆதி மும்மூர்த்திகள், ப.15)என்றும் கூறுவதுடன் இந்தியாவின் மூல இசை, ஆதி இசை தமிழிசையே என்பதையும் ஆதாரங்களுடன் நூல் முழுவதும் விளக்குகிறார்.

'தமிழிசை இலக்கிய வரலாற்று நூலை' 17 அத்தியாயங்களாகப் பிரித்துக் கொண்டு வரலாற்று வழி தமிழிசை பெற்ற வளர்ச்சியை ஆய்வு நிலையில் புலப்படுத்துகிறார். தமிழிசை

இந்தியாவிற்கே உரிய பொதுமரபு என்பதோடு இந்தியாவின் ஆதி இசை மரபான அதிலிருந்தே பிற்காலத்து வளர்ச்சிகள் உருவாயின என்பதையும் தெளிவுறுத்துகிறார். இரண்டாம் பகுதியாகத் 'தமிழ் இசை இலக்கண வரலாறு' நூலில் 16 அத்தியாயங்களில் தமிழிலும் வடமொழியிலும் உள்ள இசை இலக்கண நூல்களை முதன்மையாகக் கொண்டு அவை கூறும் இசை செய்திகளை அறிமுகப்படுத்துகிறார். தமிழ் இசை இலக்கண நூல்கள், வடமொழி இசை இலக்கண நூல்கள், பரதம் கூறும் நூல்கள், தாளம் கூறும் நூல்கள் ஆகிய பிரிவுகளில் மறைந்த, அச்சில் உள்ள நூல்களைக் குறித்துப் பேசுகிறார். இசை இலக்கண வரலாறு எழுதும் ஆசிரியர்கள் அனைவரும் தமிழில் எழுதினாலும் சரி ஆங்கிலத்தில் எழுதினாலும் சரி வடமொழி இலக்கணத்தையும் அங்கு நூல்கள் வளர்ந்த வரலாற்றையும் சொல்லிக் கொண்டு போகிறார்களேயன்றி அவ்விலக்கணத்துக்கான இலக்கியம் எங்கிருந்தது எந்த மொழியில் அது எப்படி உரு கொண்டது என்பதை எங்குமே சொல்லவில்லை. அறியாமையாலோ அல்லது திட்டமிட்டோ இருட்டடிப்பு செய்திருக்கிறார்கள் என்று ஆதங்கப்படும் மு.அ. ஈராயிரம் ஆண்டுகளுக்கு மேற்பட்ட தொடர்ச்சியான இலக்கிய வரலாற்றைக் கொண்ட தமிழ்மொழியில் தான் இயல்தமிழ், இசைத்தமிழ் பாகுபாடுகள் ஈராயிரம் ஆண்டுகளாகவே வழங்கப்பட்டு வருவதாகவும் இந்திய நாட்டில் பிற எந்த மொழியும் தமிழ் அளவு பழமை உடையது அல்ல என்பதால் அங்கெல்லாம் இசை இலக்கியம் பற்றிய பேச்சுக்கான தொன்மை இல்லை என்றும் சமஸ்கிருதம் பழமையான மொழியாக இருப்பினும் தொன்மையான இசை நூல்களுக்கான ஆதாரம் அங்கு இல்லை என்பதையும் தெளிவிக்கிறார்.

எந்த வரலாற்றையும் காலப்பின்னணியுடன் பார்க்க வேண்டும் என்கிற நோக்குடைய மு.அ., இசை இலக்கிய நூல்கள், அவற்றைச் செய்தவர்கள், அவற்றின் போக்கு, பொருள், சுவை, உணர்ந்த விதம் ஆகியவற்றையும் காலப்பின்னணியுடனே ஆராய்ந்துள்ளார். இருபது நூற்றாண்டின் இசை வளர்ச்சியை ஏழு காலப்பகுதிகளாக பிரித்து கிடைக்கின்ற எல்லா நூல்களையும் செய்திகளையும் இந்த ஏழு பிரிவுக்குள் அடக்கி விளக்குகிறார். சங்க காலம் தொடங்கி இருபதாம் நூற்றாண்டு வரையான தமிழ் இலக்கிய வரலாற்றுப்பரப்பில் இசைத்தமிழின் தொன்மையான தொடர்ச்சியான வளர்ச்சி நிலையைப் பலவாறு விளக்குகிறார். பண்டைக்காலம் கி.மு.வில் தொடங்கி கி.பி.600 வரை , பாசுரகாலம்

(மி) கி.பி. 600 -900, பாசுரகாலம் (மிமி) கி.பி. 900-1250, அருணகிரிநாதர் காலம் கி.பி.1250-1550, தமிழ்க் கீர்த்தனை காலம் கி.பி.1550-1800, தியாகராஜ சுவாமிகள் காலம் கி.பி.1800-1940, தற்காலம் கி.பி. 1920க்குப் பின். என்று காலப்பாகுபாடு செய்து கொண்டு தொல்காப்பியம், சங்க இலக்கியம் தொடங்கி இருபதாம் நூற்றாண்டு தமிழிசை இயக்கம் வரை வரலாற்று நிலையில் ஆய்ந்து பண்டை மரபில் வேரோடியிருந்த இசைத்தமிழின் வளத்தை வெளிக்கொண்டு வந்துள்ளார். மேலும் பிற்காலத்தில் வளர்ச்சியுற்ற பல வகையான சிற்றிலக்கிய வகைகளை உள்வாங்கி கீர்த்தனை வடிவத்தில் தோன்றி வளர்ச்சியுற்ற இசையையும் இசைப்பாடல்களை இயற்றியவர்களையும் அவற்றைப் பாடிய இசைவாணர்களையும் மேளம், நாகசுர இசைக்கருவிகள் கோயில் பண்பாட்டோடு பொருந்திய நிலையையும் வாத்திய இசைக்காரர்களையும் ஓதுவார்களையும் அவர்கள் வாழ்க்கைக் குறிப்புகளையும் திரட்டி அவற்றைப் பல நிலைகளில் காலப் பின்னணியுடன் ஆராய்ந்து எழுதியுள்ளார்.

இந்தக் காலஆராய்ச்சிப் பண்பு இல்லாமையால் தான் சங்கீத பாரம்பரியம் என்பது தமிழ்ச்சமூகத்தில் தியாகையரோடு தொடங்குகிறது என்கிற குற்றச்சாட்டை வைக்கிறார். திருவையாறு தியாகையர் வாழ்ந்த காலம் 1767-1847. இவரோடு சியாமா சாஸ்திரிகள், முத்துசாமி தீட்சிதர் என்ற இருவரையும் சேர்த்து கர்நாடக சங்கீத மும்மூர்த்திகள் என்று போற்றுகிற மரபு இன்றும் இருக்கிறது. நாமும் அவர்களைப் போற்ற எவ்விதத் தடையும் இல்லை என்று கூறும் மு.அ., ஆனால் இந்த மும்மூர்த்திகளுக்குக் காலத்தால் அதிகம் முற்பட்டவர்களாக முத்துத்தாண்டவர் 1525-1625, அருணாசலக் கவிராயர் 1711-1779, தில்லைவிடங்கன் மாரிமுத்தா பிள்ளை 1712-1787 என்று தமிழிசையை வளர்த்த மூவரை அடையாளம் காட்டி அவர்கள் வரலாற்றையும் தமிழிசைப் பணிகளையும் விரிவாக விளக்குகிறார். தியாகையர் முதலான மூவரும் சங்கீத மும்மூர்த்திகள் என்றால் முத்துத் தாண்டவர் முதலான மூவரையும் ஆதி மும்மூர்த்திகள் என அழைக்க வேண்டும் என்கிறார்.

முதல் மூவருடைய சங்கீதமும் தெலுங்கு, சமஸ்கிருதம் போன்ற அந்நிய மொழிகளில் தான். பாமர மக்களுக்கும் படித்தோரில் பெரும்பான்மையோருக்கும் விளங்காத மொழி. ஆகவே இவர்களுடைய சங்கீதம் வாழ்க்கையில் சமூகத்தில் மேல் நிலையில் உள்ளவர்களுக்கு மட்டும் உரியதாய் இருந்து

வந்திருக்கிறது பொது நிலைக்கு இறங்கி வரவில்லை. ஆகவே இன்றைய பொது வாழ்க்கையில் இவர்களுடைய கலை பெரும்பான்மையான மக்களுக்குப் பயன்படவில்லை என்பதை மிகத் துணிச்சலாகச் சுட்டிக்காட்டி அவர்களுக்கு எதிர்நிலையில் முத்துத் தாண்டவர் முதலானவர்கள் தமிழாகிய தாய்மொழியிலேயே சிறந்த கர்நாடக சங்கீத பாடல்களைப் பாடி வந்திருக்கிறார்கள் என்றும் இவ்ர்கள் இசை உலகில் பிறமொழிக் கலப்பு எதுவும் இல்லை. வடமொழியும் இல்லை; தெலுங்குமில்லை; கன்னடமும் இல்லை என்பதை ஆதாரங்களுடன் கூறுகிறார்.

'தேவார காலம் தொடங்கி தேவாரப் பண்ணிசை தமிழ்நாடெங்கும் ஒலித்துக் கொண்டிருந்தது. அரசில் என்னென்ன மாறுதல்கள் ஏற்பட்ட போதிலும் அவற்றினால் பாதிக்கப்பெறாமல் மேளக்காரர் பரம்பரையினர் சிவாலயங்களில் இப்பண்ணிசையை நாள்தோறும் ஓதி வந்தார்கள். இதன் பயனாய் இவ்விசை நன்கு பாதுகாக்கப் பெற்று தொடர்பு அறாமல் இசைச் சிறப்புக் குன்றாமல் நின்று நிலவிற்று. இது சோழநாட்டிலேயே பெரும் ஆட்சி பெற்று இருந்தது. முத்துத் தாண்டவர் பேணியதும் இந்தப் பண்ணிசையே. இது பிற்காலத்தில் தஞ்சாவூர் பாணி என்றும் பெயர் பெற்றது. இந்த பாணி வரலாறு அறிந்த வகையில் கீர்த்தன வடிவம் பெற்று காப்பாற்றப்பட்டது முத்துத் தாண்டவரால் தான். (கருநாடகச் சங்கீதம் தமிழிசை ஆதி மும்மூர்த்திகள், ப.165)' என்பதும் பல்லவி,அனுபல்லவி,சரணம் என்ற அமைப்பைப் பெற்ற கீர்த்தனம் உள்ள இசையுரு இவரால் பெரிதாய் படைக்கப்பெற்றது என்பதும் இந்நூல் தரும் அரிய தகவல்கள்.

கருநாடக இசை என்கிற பெயரில் அதைக் கையிலெடுத்துச் சிறப்பாக வளர்ந்துவந்த தமிழிசை மங்கவும், தெலுங்குப் பாட்டுகள் பெருகவும் இசை நிகழ்வை வணிகமாக்கி இது உயர்ந்த கலை என்று சொல்லிப் பொதுமக்கள் அனைவருக்குமானதாக இல்லாமல் ஒருசிலர்க்கு உரியதாகவும் மாற்றியவர்கள் பிராமணர்களே என்ற குற்றச்சாட்டை வைப்பதுடன் தமிழ்ப்பண்களும் மேளக்காரர்களின் பங்களிப்பும் இருட்டடிப்பு செய்யப்பட்ட வரலாற்றையும் சான்றுகளுடன் நிறுவியுள்ளார். 'பல நூறு வருஷ காலம் தெய்வ சங்கீதமாக மேளக்காரரால் நன்கு பேணி வளர்க்கப்பட்ட ஒப்பற்ற இசையைச் சில பிராமண வித்வான்கள் கூடித் தங்களுக்குள் ஒப்பந்தம் செய்து கொண்டது போன்ற நிலையில் பழைய பாடலையே தேடிப் பாடி தாங்கள் பேசிய தமிழ்மொழிப் பாடலைப் பாடுவது கூடாது என்று கங்கணம் கட்டிக் கொண்ட மாதிரி

கச்சேரிகளில் இசையை ஒரு வியாபாரப் பொருளாக்கிவிட்ட ஒரு பரிதாப நிலையே, எம்மை ஆராய்ந்து இந்நூல் எழுதத் தூண்டியதாகவும் 'சர்க்கஸ் வித்தை போன்றது சங்கீதமாகாது. பிராமணர் கலையுணர்வு உடையவர் என்ற பொது அபிப்பிராயம் இருந்தது. இதயம் நெகிழ்வதை விட்டு வாய்பாடு போல புத்தித் திறமைக்கு அவர்கள் மதிப்புக் கொடுத்து வந்திருப்பது அவர்களுக்குப் பாமர மக்களுக்கு இருந்த கலையுணர்வு கூட இல்லை என்பதைத்தான் காட்டுகிறது' என்றும் (தமிழ் இசை இலக்கிய வரலாறு, முகவுரை, ப.8).பிராமணர்களுக்கு எதிரான காத்திரமான விமர்சனத்தை வைக்கிறார்.

இலக்கியமோ சமயமோ கலையோ எதுவாயினும் சமூகத்தில் சிலருக்கு மட்டுமே உரியதாக வைத்து வளர்த்துக் கொண்டிருக்கிற வரையில் அதற்கு உண்மையான வளர்ச்சி இல்லாமல் காலப்போக்கில் அது அழியத் தொடங்கிவிடும் என்றும் ஆனால் அதையே எல்லா மக்களுக்கும் உரியதாக்கினால் அது நின்று நிலவும் என்றும் அறிவுறுத்துகிறார். இதற்காகக் கலையின் தரத்தைத் தாழ்த்த வேண்டும் என்று மு.அ.சொல்லவில்லை தரம் உயர்வாய்த்தான் இருக்க வேண்டும். ஆனால் அதே சமயம் பொதுமக்களையும் போய்ப் பற்ற வேண்டும். உயர்ந்த கலை பொதுமக்களைத் தன்னிடத்தில் ஈடுபடுத்த முடியாது என்று சொல்லும் வாதம் பொருந்தாது என்று இசை ஒரு குறிப்பிட்ட சமூகத்தினரின் கட்டுப்பாட்டில் இருப்பதையும் அது ஜனநாயகப்படுத்த வேண்டுவதன் அவசியத்தையும் நூல் முழுதும் வலியுறுத்துகிறார்.

எந்தவித இசைப் பாரம்பரியமும் பின்புலமும் இன்றி, தமிழிசையே இந்தியாவின் ஆதி இசை என்று நிறுவும் முயற்சியில் எழுதப்பட்டுள்ள இரு நூல்களும் தமிழிசைக் களஞ்சியங்களாக மதிக்கப்பட வேண்டியன.

6. நாட்டுப்புறப்பாடல்கள் தொகுப்பின் முன்னோடி

தமிழகத்தில் மு. அருணாசலமே நாட்டுப்புறப் பாடல் தொகுப்பின் தொடக்கநிலை அறிஞராகும் (சு. சண்முகசுந்தரம், நாட்டுப்புற இலக்கிய வரலாறு, ப.10.)

தமிழகத்தில் நாட்டார் வழக்காற்றியல் என்கிற சிந்தனையோ, தனிக் கல்விப்புலமோ தோற்றம் கொள்ளும் முன்பே இத்துறையில் ஈடுபட்டுக் கவனப்படுத்தும் வகையிலான பங்களிப்பைச் செய்தவர் மு.அ. ஆவார். தமிழ் நாட்டுப்புறப்பாடல்கள் தொகுப்பின் முன்னோடி என்று நாட்டுப்புற ஆய்வாளர்களால் சுட்டப்படுகிறவர். தான் எழுதிய இலக்கிய வரலாற்று நூல்களிலும் பதிப்பித்த நூல்களிலும் வாய்மொழித் தரவுகளை முதன்மைப்படுத்தியவர். வாய்மொழிப் பாடல்களைத் தொகுத்தல், அப்பாடல்களை விளக்கி இதழ்களில் கட்டுரை எழுதுதல், அக்கட்டுரைகளைத் தொகுத்து நூலாக வெளியிடுதல், கதைப்பாடல்கள் சேகரித்தல், அவற்றை ஆய்வுக்குட்படுத்தல் என்று 1940 முதற்கொண்டு நாட்டுப்புறவியல் களத்தில் இவர் பங்களித்து வந்துள்ளார்

நாட்டுப்புறப்பாடல் சேகரிப்புக்கான சமூகப் பின்புலம்

வாய்மொழி வழியாகக் காலங்காலமாகத் தமிழ் மக்களிடம் நிலவிய வழக்காறுகளைத் தொகுக்கும் பணி என்பது தொடக்கக் காலத்தில் மதத்தைப் பரப்பவும் தங்கள் ஆட்சியை விரிவுபடுத்தவும் வந்த வெளிநாட்டினரால்தான் மேற்கொள்ளப்பட்டது. தமிழ் மக்களின் உணர்வுகளைப் புரிந்துகொள்ளவும், அம்மக்களை எளிதில் அணுகவும் இவ்வழக்காறுகளே துணைபுரியும் என்ற நம்பிக்கையின் அடிப்படையில் அவற்றுக்கு முக்கியத்துவம் கொடுத்து நாட்டுப்புற வழக்காறுகளைச் சேகரிக்கவும் அவற்றுக்கு விளக்கங்கள் எழுதி வெளியிடவும் தொடங்கினர். பத்தொன்பதாம் நூற்றாண்டின் தொடக்கத்திலிருந்து இத்தகைய சேகரிப்புப் பணி வெளிநாட்டவரால் பரவலாக மேற்கொள்ளப்பட்டது.

இக்காலப்பகுதியில் சுவடிகளில் இருந்த செவ்விலக்கியங்கள் அனைத்தும் ஒன்றன்பின் ஒன்றாகப் பதிப்பிக்கப்பட்டுக் கொண்டிருந்ததன் விளைவாகத் தமிழர்கள் தங்கள் தொன்மை அடையாளங்களை அவற்றில் தேடத்தொடங்கினர். செவ்விலக்கியங்களே உயர்வானவை என்றும் வாய்மொழி இலக்கியங்கள் இழிவானவை என்றும் தமிழறிஞர்களே கருதினர். எனவே, வாய்மொழி இலக்கியங்களைத் தொகுக்கவோ ஆய்வு

செய்யவோ தமிழர்கள் முன்வரவில்லை. இந்நிலையில் இவ்வாய்மொழி வழக்காறுகளின் முக்கியத்துவமும் தேவையும் உணரப்பட்டுப் பாரதி போன்றோரால் நாட்டுப்புறப்பாடல் வடிவங்கள் அவர்தம் கவிதைகளில் பயன்படுத்தப்பட்டு விடுதலை உணர்வைத் தூண்டக் காரணமாக அமைந்தன. இம்மண்ணில் தங்கள் ஆட்சியை விரிவுபடுத்த வேண்டி அந்நியர்களால் முன்னெடுக்கப்பட்ட வாய்மொழி இலக்கியச் சேகரிப்புகள், விடுதலைப் போராட்டக் காலங்களில் அவர்களுக்கு எதிராகவே திரும்பின.

இக்காலப்பகுதியிலேயே, பஞ்சாபைச் சேர்ந்த தேவேந்திர சத்தியார்த்தி என்பவர் பலமொழிகளிலும் வாய்மொழியாக வழங்கும் பாடல்களை அறிய வேண்டி இந்தியா முழுவதும் பயணம் செய்தார். தமிழகத்திற்கும் வருகை தந்தார். அவருடைய வரவும் தேடலும் தமிழர்கள் பலரை இத்துறையில் கவனம் செலுத்த வைத்தது. தமிழர்களும் வாய்மொழிப் பாடல்களைத் தொகுக்கவும் ஆராயவும் முற்பட்டனர். 'பஞ்சாபைச் சேர்ந்த தேவேந்திர சத்தியார்த்தி நாடு முழுவதும் பயணம் செய்து நாட்டுப்புற வழக்காறுகளைச் சேகரித்தவர். அவரால் தூண்டப்பட்டுக் கி.வா. ஜெகந்நாதன் நாட்டுப்புறப் பாடல்களைச் சேகரித்துச் செப்பம் செய்து விளக்கங்கள் தந்து வெளியிடத் தொடங்கினார். மு. அருணாசலம், பெ. தூரன், தி.நா. சுப்பிரமணியம் போன்றோரும் இத்தகைய பணிகளையே செய்து வந்தனர்.' (ஆறு. இராமநாதன், நாட்டுப்புற இயல் ஆய்வுகள், ப.24). வாய்மொழி இலக்கியப்பணியில் மு.அ. ஈடுபடுவதற்கான தொடக்ககாலச் சமூகச்சூழல் இதுவே.

நாட்டுப்புறப்பாடல் சேகரிப்புக்கான தனிப்பட்ட பின்புலம்

வாய்மொழி இலக்கியச் சேகரிப்புக்கான சமூகப் பின்புலம் மேற்கூறிய வகையில் அமைந்திருக்க, மு.அ.வின் தனிப்பட்ட சூழலும் இப்பணியில் ஈடுபடுவதற்கான காரணமாய் அமைந்திருந்தது. அவ்வகையில் மு.அ.வை இப்பணியில் ஈடுபடுத்திய காரணிகளாக டி.கே.சி.யுடனான நட்பையும் முதுகலையில் மேற்கொண்ட ஆய்வுப்பணியையும் கூறலாம்.

தமிழிலக்கியங்களோடு அறிமுகமான தொடக்க காலத்தில், இலக்கியத்தின் நயம் பாராட்டும் போக்கும், தான் ரசித்த அனுபவத்தைப் பிறரோடு பகிர்ந்துகொள்ள வேண்டும் என்ற ரசனை அடிப்படையிலான ஈடுபாடுமே மு.அ.விடம் மேலோங்கியிருந்தது. ஆரம்பகாலக் கட்டுரைகள் அனைத்தும் இலக்கிய நயம் பாராட்டும் கட்டுரைகளாகவே அமைந்திருந்தன. மு.அ.வின் இந்த இலக்கிய

நுகர்ச்சிக்கு வித்திட்டவராகவும் வாய்மொழிப்பாடல்கள் மீது ஈடுபாட்டை உண்டாக்கியவராகவும் ரசிகமணி டி.கே.சி.யே அறியப்படுகிறார். 'என்னை நேரிலறிந்த நண்பர்கள் என்னுடைய தமிழ்ப் பைத்தியம் எத்தகையது என்பதை அறிவார்கள். இப்பைத்தியம் டி.கே.சி. அவர்களிடமிருந்து எனக்குத் தொத்திக் கொண்டது' (குமரியும் காசியும், முன்னுரை, ப.5.) என்பதை மு.அ. பலவிடங்களில் பதிவு செய்திருக்கிறார்.

சென்னை தியாகராய நகரில் வசித்த மு.அ.வின் பக்கத்து வீட்டிலேயே டி.கே.சி. குடியிருந்ததாலும், குழுவாக அமர்ந்து கொண்டு எது கவிதை, எது கவிதை இல்லை என்பதனை சுவை அடிப்படையில் ஆய்கின்ற டி.கே.சி.யின் வட்டத்தொட்டி என்ற இலக்கிய அமைப்பில் மு.அ. ஓர் உறுப்பினராக இருந்ததாலும் ஒவ்வொரு பாடலையும் ரசனை அடிப்படையில் எவ்வாறு அணுகவேண்டும் என்பதை மு.அ. அறிந்துகொண்டார். இலக்கியமாக இருந்தாலும் கலையாக இருந்தாலும் அதில் உணர்ச்சி இருக்கிறதா, சுவை, நயம், பாவம் இருக்கின்றனவா என்ற ரசனைமுறை அடிப்படையிலான அணுகுமுறையுடன் செவ்விலக்கியம் மற்றும் வாய்மொழி இலக்கியம் சார்ந்து சுவைப்பு அனுபவக் கட்டுரைகளாக 1940களில் இதழ்களில் தொடர்ந்து எழுதியுள்ளார்.

இரண்டாவது அவரது ஆய்வுப்பணி. '1940-42 ஆண்டுகளில் சென்னை சர்வகலாசாலையில்(சென்னைப் பல்கலைக்கழகம்) தமிழ்ஆராய்ச்சி வேலையில் நான் ஈடுபட்டிருந்தபோது இப்படிப்பட்ட பாடல்களைத் தேடவும் ஆராயவும் நேர்ந்தது' (காற்றில் மிதந்த கவிதை, முன்னுரை, ப.1.)என்று நாட்டுப்புறப் பாடல் சேகரிப்பில் தான் ஈடுபட்டதற்கான சூழலை மு.அ. சுட்டியுள்ளார். பேராசிரியர் வையாபுரிப்பிள்ளையின் மாணவராகத் தமிழ் முதுகலை பயின்ற காலத்தில் தமிழ்மொழியில் வாய்மொழி இலக்கியம் (Popular poetry in the Tamil Language) என்ற தலைப்பில் இவர் ஆய்வு மேற்கொண்டிருந்திருக்கிறார். நாட்டுப்புறப் பாடல்களைத் தேடுதல், தொகுத்தல், ஆராய்தல் போன்ற செயல்பாடுகள் இவருக்குக் கட்டாயமாகின. தன் ஆய்வேட்டின் ஒரு இயலாக அமைந்த 'கதைப்பாடல்கள்' பகுதியை 1976இல் 'Ballad Poetry' என்ற ஆய்வுநூலாக விரித்து எழுதியுள்ளார்.

நாட்டுப்புறப்பாடல் தொகுப்பின் முன்னோடி

அடிப்படை வசதிகள் எதுவுமில்லாத ஒரு குக்கிராமத்தில் பிறந்த மு.அ.வின் எழுத்துகளில், நாட்டுப்புறம், உழவுத்தொழில்,

தோட்டவேலை, உழவர்களின் வாழ்வியல் என்று கிராமியச்சூழல் சார்ந்த செய்திகள் பரவலாகப் பதிவு செய்யப்பட்டுள்ளன. தஞ்சை மாவட்டத்தைச் சேர்ந்தவரான மு.அ., அங்கு நிலவிய வேளாண் சமூகச் சூழல்கள், உழவர்களின் வாழ்நிலைகள், வாய்மொழியாகப் பரவிய அவர்தம் பாடல்கள் ஆகியவற்றை நன்கு உற்றுநோக்கி அந்த அனுபவத்தைத் தமது கட்டுரைகளில் வெளிப்படுத்தியுள்ளார். 1940களில் பள்ளு, குறவஞ்சி, உலா, கோவை போன்ற சிற்றிலக்கியங்களைப் பதிப்பித்தபோதும், அந்நூல்களில் இடம்பெற்றிருந்த, பழமொழிகளைத் தொகுத்துத் தருவதைத் தம் பதிப்புச் செயல்பாட்டில் ஒன்றாகவே பின்பற்றியுள்ளார்.

1943இல் இவர் எழுதி வெளியிட்ட 'இன்றைய தமிழ் வசனநடை' என்ற நூலில் எழுத்தாளர்கள் பலரது நடைகளை விமர்சித்து எழுதியுள்ள மு.அ., நடை எப்படி இருக்க வேண்டும் என்று தம் கருத்தைக் கூறுகையில். 'எழுதப் படிக்கத் தெரிந்து, சாமானியமான அறிவும் சாமானியமான உணர்ச்சியும் உடைய நாட்டுப்புறத்தவர் ஒருவரை மனதில் வைத்துக்கொண்டு, எழுதுவது இவருக்கு விளங்க வேண்டும் என்ற லட்சியத்தோடு எழுதி வந்தால் நல்ல நடை தானே அமையும் '(இன்றைய தமிழ் வசனநடை, ப.180.)என்றும், யாருடைய வாழ்க்கை ஓங்கினால் முன்னேறினால் நாடு முன்னேறும்?' உழவர் வாழ்க்கை. எனவே, உழவர்களை, நாட்டுப்புறத்துப் பாமரமக்களையே மனத்தில் வைத்து நூலெழுத வேண்டும்' (மேலது, ப.179.) என்றும் குறிப்பிட்டுள்ளார். இலக்கியத்தின் பயன், நாட்டுப்புற மக்களைச் சென்றடைய வேண்டும் என்பதைப் பலவிடங்களில் வலியுறுத்தியுள்ளார்.

பண்டைய இலக்கண நூல்கள்தான் சிறந்தது, பண்டைய இலக்கியங்கள் மட்டுமே படிப்பதற்கும் சுவைப்பதற்கும் உகந்தது என்றும் வாய்மொழி இலக்கியங்கள் இழிவானவை என்றும் தமிழறிஞர்களாலேயே கருதப்பட்டு வந்த சமூகப் பின்புலத்தில் நாட்டுப்புறப்பாடல் தொகுப்பின் முன்னோடியாக மு.அ. திகழ்ந்துள்ளார்.' தமிழ் நாட்டுப்புறப் பாடல்களைப் பற்றி வெளிவந்த முதல் தமிழ்நூல் திரு. மு. அருணாசலம் அவர்களின் 'காற்றிலே மிதந்த கவிதை' என்பதாகும்' (அ.நா. பெருமாள், நாட்டுப்புறவியல் சிந்தனைகள், ப.2.) என்றும் 'காற்றிலே மிதந்த கவிதை என்னும் தலைப்பில் நாட்டுப்புறப் பாடல் பற்றிய தொகுப்பு முயற்சியை 1943ல் மு.அருணாசலம் நூல் வடிவாக முதன்முதலாக வெளிக்கொணர்ந்தார்' என்றும் (இராமகுருநாதன், உலகத் தமிழ் இலக்கிய வரலாறு, ப.334.)' தமிழகத்தில் மு. அருணாசலமே

தொகுப்பின் தொடக்கநிலை அறிஞராகும்' (சு. சண்முகசுந்தரம், நாட்டுப்புற இலக்கிய வரலாறு, ப.10.) என்றும் நாட்டுப்புற இயல் ஆய்வை முன்னெடுத்தவர்கள் அனைவராலும், தமிழ் நாட்டுப்புறப்பாடல் தொகுப்பின் முன்னோடியாக மு.அ.வே சுட்டிக்காட்டப்பட்டுள்ளார்.' இது வாய்மொழிப் பாடல்களின் அனுபவத்தை வெளியிடும் கட்டுரைகளைக் கொண்டது. வெளிவந்த காலம், இதுவே இத்துறையில் எழுந்த முதல் நூல் என்று அன்பர் பலரால் பாராட்டப் பெற்றது' (காற்றில் மிதந்த கவிதை, ப.)என்று 'காற்றில் மிதந்த கவிதை' நூலின் இரண்டாம் பதிப்புரையில் மு.அ.வே குறிப்பிட்டுள்ளார். தமிழ் இலக்கிய வரலாற்றெழுதியல் போல வாய்மொழி இலக்கிய வரலாற்றிலும் கவனப்படுத்தும்படியான பங்களிப்பை மு.அ. நிகழ்த்தியுள்ளார்.

வாய்மொழி இலக்கியப் பணியில் ஈடுபட்டதற்கான இரு வேறு காரணங்களும் சூழல்களும் அமைந்திருந்தது போலவே, இவ்விலக்கியம் சார்ந்த இவரது எழுத்துகளிலும் இருவேறுபட்ட அணுகுமுறைகளைக் காண இயலுகிறது. நாட்டுப்புறப் பாடல்களை விளக்கி அவர் எழுதிய கட்டுரையைக் குறித்து, 'இக்கட்டுரைகளிலே வாய்மொழிப் பாடல்களின் இலக்கணத்தையோ, அவற்றின் வகைகளையோ, நான் ஆராயப்புகவில்லை. ஒவ்வொரு வரியையும் பாட்டையும் நான் எப்படிப் பார்த்தேன், அனுபவித்தேன் என்பதையே கூறியிருக்கிறேன். இதைப் படிப்போரும் நான் பார்த்த முறையிலே இவற்றைப் பார்த்து அனுபவிக்க வேண்டும் என்பது என் ஆவல்' (மேலது, ப.10.)என்று குறிப்பிட்டுள்ள மு.அ., வாய்மொழிப் பாடல்களின் இலக்கிய நயம் பாராட்டிக் கட்டுரைகள் எழுதிய இதே காலப்பகுதியிலேயேதான் 'வாய்மொழி இலக்கியம்' என்ற தலைப்பில் ஆய்வுப்பணியையும் மேற்கொண்டிருந்திருக்கிறார். ஆனால், இந்த ஆய்வு முயற்சியானது ரசனைப்போக்கிலிருந்து முற்றிலும் மாறுபட்டு அறிவியல் அணுகுமுறையுடன் அமைந்துள்ளது. ஒரே காலப்பகுதியாக இருப்பினும் இருவேறு சூழல்கள், இருவேறு அறிஞர்களின் இயக்கம் காரணமாக மு.அ.வின் வாய்மொழி இலக்கியப் பணியிலும் இருவேறு அணுகுமுறைகளைக் காண இயலுகிறது.

மு.அ.வின் நாட்டுப்புறப்பாடல் சார்ந்த கட்டுரை நூல்கள்

காற்றில் மிதந்த கவிதை

1940களில் சக்தி, குமரிமலர், வசந்தம் போன்ற இதழ்கள் மு.அ.வின் கட்டுரைகளைத் தொடர்ந்து வெளியிட்டு வந்துள்ளன.

இக்கட்டுரைகள் பெரும்பாலும் செவ்விலக்கியங்களின் நயத்தைப் பாராட்டும் போக்கிலும் வாய்மொழிப் பாடல்களினால் உண்டாகும் இன்பத்தைப் பகிர்ந்துகொள்ளும் நோக்கிலும் அமைந்துள்ளன. இதழ்களில் வெளிவந்த இக்கட்டுரைகளைத் தொகுத்து நூலாக வெளியிடும் முயற்சியிலும் மு.அ. அவ்வப்போது ஈடுபட்டு வந்துள்ளார். அவ்வகையில், நாட்டுப்புறப் பாடல்களின் முதல் தொகுப்பாக, 1943இல், மு.அ. வெளியிட்ட நூல்தான் 'காற்றில் மிதந்த கவிதை'. 1977ல் இந்நூல் இரண்டாம் பதிப்பு கண்டிருப்பதும் குறிப்பிடத்தக்கது. இலக்கிய இன்பமே இக்கட்டுரைகளின் அடித்தளமாக அமைந்துள்ளது. இந்நூலுக்கு வாய்மொழிப் பாடல்கள் என்றோ நாட்டுப்புறப் பாடல்கள் என்றோ பொதுவான பெயர்களை வைக்காமல் 'காற்றில் மிதந்த கவிதை' என்று கவிநயத்துடன் பெயர் வைத்திருப்பதே, இப்பாடல்களை அவர் எவ்வாறு அணுகியிருப்பார் என்பதைத் தெரிவிக்கிறது.

ஆணும் பெண்ணும், நடவுப்பாட்டும் சமதர்மமும், குருவிப்பாட்டு, பொன்னிறக் கொண்டை, வெள்ளிச் சொம்பும் கொள்ளிப் பசியும், வெள்ளரிக்காய்ப் பாட்டு, அம்புலிப் பாட்டு, ஏற்றப்பாட்டு என்னும் எட்டு தலைப்புகளில் இந்நூல் அமைந்துள்ளது. இத்தலைப்புகளில் ஆணும் பெண்ணும், பொன்னிறக் கொண்டை இரண்டும் சிறுவருடைய பரிகாசப் பாடல்கள்; நடவுப்பாட்டு, ஏற்றப்பாட்டு இரண்டும் கிராமங்களில் நடவு நடும், ஏற்றம் இறைக்கும் விவசாயிகள் பாடும் பாடல்கள்; குருவிப்பாட்டு சமய உணர்ச்சியை, இறைப்பற்றை வெளிப்படுத்தும் பாடல்; வெள்ளரிக்காய்ப் பாட்டு நாட்டு அரசியல் சூழலுடன் தொடர்புடைய பாடல்; அம்புலிப்பாட்டு இளங்குழந்தைகளுக்குப் பேச்சு பழக்குவதற்காகச் சொல்லிக் கொடுக்கும் பாடல்; வெள்ளிச் சொம்பு என்பது ஒப்பாரிப் பாட்டின் ஒரு பகுதி.

மேற்கண்ட பல்வேறு பொருண்மைகள் கொண்ட வாய்மொழிப்பாடல்களின் தொகுப்பாக இந்நூல் அமைந்துள்ளது. இப்பாடல்கள் யாரிடமிருந்து அல்லது எங்கிருந்து பெறப்பட்டது என்ற தகவல்களை, கட்டுரையின் ஊடாகவே மு.அ. சொல்லிச்செல்கிறார். ஒவ்வொரு பாடலையும் தற்கால நிகழ்வுகளுடன் தொடர்புப்படுத்தி அப்பாடல் வழியே நீதியைச் சொல்வதற்கான முயற்சியிலும் ஈடுபட்டுள்ளார்.

யான் பெற்ற இன்பம்

'யான் பெற்ற இன்பம்' என்ற நூலும் 1943ஆம் ஆண்டிலேயே சக்தி காரியாலயத்தின் வாயிலாக வெளிவந்துள்ளது. 1940களில், மு.அ.வின் கட்டுரைகளைத் வெளியிட்டும். பல நூல்களைப் பதிப்பிக்கும் வாய்ப்பினைக் கொடுத்தும் மு.அ.வின் இலக்கிய ஆர்வத்திற்குச் சக்தி காரியாலயமே பெருமளவில் துணை நின்றிருக்கிறது.

செவ்விலக்கியம் மற்றும் வாய்மொழி இலக்கியப் பாடல்களின் விளக்கக் கட்டுரைகளாக இந்நூல் அமைந்துள்ளது. இப்பாடல்கள் மூலம் தான் பெற்ற இன்பத்தைப் பகிர்ந்துகொள்ளும் நோக்கத்தின் அடிப்படையில் எழுதப்பட்டதாலேயே 'யான் பெற்ற இன்பம்' என்று இந்நூல் பெயரிடப்பட்டுள்ளது. 11 கட்டுரைகள் அமைந்த இந்நூலில் சாதிப் பலாப்பழம், ஆராரோ, சிறுநெருஞ்சில் ஆகிய மூன்றும் வாய்மொழி இலக்கியப் பாடலைக் குறித்து எழுதப்பட்டவை. 'இந்நூலாசிரியர் கற்பன கற்றுக் கேட்பன கேட்டுச் சிதம்பரநாதன் ஓவியப் பள்ளியில் பயின்று தமிழ் வாழ்க்கையரானவர். அத்தகைய ஒருவர்க்கு எழுத்தோவியத்தின் உள்ளம் காட்சியளித்தல் இயல்பன்றோ. அக்காட்சியில் அவர் பெற்ற இன்பம் இந்நூலில் தேங்குகிறது' (யான் பெற்ற இன்பம், ப.1) என்று இந்நூலின் சிறப்பைத் திரு.வி.க அவர்கள் அணிந்துரையில் குறிப்பிட்டுள்ளார். சிதம்பரநாதன் ஓவியப்பள்ளி என்று டி.கே.சி.யின் இலக்கிய அமைப்பையே திரு.வி.க. சுட்டியுள்ளார்.

தாலாட்டு இலக்கியம்

1958இல் காந்தி வித்தியாலயத்தின் மூலம் 'தாலாட்டு இலக்கியம்' எனும் நூலை வெளியிட்டுள்ளார். 13 கட்டுரைகள் அடங்கிய இந்நூலில் 8 கட்டுரைகள், வாய்மொழியாக வழங்கும் தாலாட்டுப் பாடல்களைக் குறித்து எழுதப்பட்டவை. நயம் பாராட்டும் வகையில் இக்கட்டுரைகள் அமைந்திருப்பினும், ஆழ்வார் பாடிய தாலாட்டு, பிள்ளைத்தமிழில் தாலாட்டு என்று பெரியாழ்வாருக்குப் பின் தாலாட்டுப் பாடலின் வளர்ச்சி நிலையை மு.அ. சுட்டியுள்ளார்.

தாய் கிடந்த தவம், தொட்டில் இடுதல், பால் பசு, சங்குப் பாலாடை, அவல் கேட்ட குழந்தை, குழந்தையின் கண்ணீர், காதுகுத்தல், எங்கிருந்து வந்தாய் போன்ற தலைப்புகளில் அமைந்துள்ள கட்டுரைகள், கிடைக்கப்பெற்ற தாலாட்டுப் பாடல்களின் பொருண்மைக்கேற்ற வகையில் தலைப்புகள்

கொடுத்து எழுதப்பட்டுள்ளன. 'ஆராரோ' என்ற கட்டுரை 'யான் பெற்ற இன்பம்' நூலில் இடம்பெற்றுவிட்டதால், தாலாட்டுப் பாடலாக இருப்பினும் அக்கட்டுரை இந்நூலில் இடம்பெறவில்லை. மு.அ. அவர்கள் தாலாட்டு இலக்கியம் என்ற நூலில் 'தாலாட்டின் தோற்ற வளர்ச்சியைச் சங்க காலத்தில் இருந்து இன்று வரை ஆராய்ந்துள்ளார். தாலாட்டைப் பற்றி ஆய்வு செய்வோருக்கு இந்நூல் பெரிதும் துணையாக இருக்கும்' (தமிழக நாட்டுப்புற இயலின் வரலாறு, ப.72.) என்று நாட்டுப்புறவியல் அறிஞர் சு. சக்திவேல் நாட்டுப்புற ஆய்வில் இந்நூலுக்கான இடத்தை மதிப்பிட்டுள்ளார்.

குடும்பத்தில், குழந்தை வளர்ப்பு நிலையில் நிகழும் பல்வேறு நிகழ்வுகள் தாலாட்டின் பொருளாக அமைவதுடன் பலவகை வேற்றுமைகளிலும் பண்பாட்டின் ஒருமைத்தன்மையை இத்தாலாட்டுப் பாடல்கள் பேணி வருவதாகவும் மு.அ. குறிப்பிட்டுள்ளார். இந்நூலின் அனுபந்தமாக அமைந்த பகுதி நூற்றாண்டு வாரியான தாலாட்டுப் பாடலின் வளர்ச்சியை விளக்கியுள்ளது.

மு.அ.வின் கருத்தியலும் அணுகுமுறையும்

நாட்டுப்புற வழக்காறுகளை மையமாகக் கொண்டு மு.அ. எழுதிய நூல்கள் சிலவே இருப்பினும் அந்நூல்களின் வழியே அவர் முன்வைக்கும் கருத்துகளும் வாய்மொழி இலக்கியங்களை அவர் அணுகிய விதமும் நாட்டார் வழக்காறுகளின் மீதான தொடக்கக் காலச் சமூக மதிப்பீட்டை விளங்கிக் கொள்ள உதவுகிறது. நாட்டுப்புறப் பாடல்களை நாட்டுப்பாடல், நாடோடிப் பாடல், மரபுவழிப் பாடல்கள், நாட்டார் பாடல்கள், மக்கள் பாடல்கள், பாமரர் பாடல்கள், பரம்பரைப் பாடல்கள், ஏட்டில் எழுதாப் பாடல்கள் என்று பலரும் பலவாறு அழைக்கின்ற நிலையில், 'வாய்மொழிப் பாடல்' என்ற பெயரே பொருத்தமானது என்பதைக் காரணத்தெளிவோடு மு.அ. கூறியுள்ளார். இவை தலைமுறை தலைமுறையாக ஒருவரிடமிருந்து பிறருக்கு வாய்மொழியாகவும் கேள்வி மூலமாகவுமே பரவி வந்துள்ளதால் மற்றெல்லாப் பெயர்களையும்விட 'வாய்மொழிப் பாடல்' என்ற பெயரே இவ்வகைப் பாடலுக்கு மிக்க பொருத்தமுடையதாகும் என்று குறிப்பிட்டதோடு தானும் அவ்வாறே கையாளத் தொடங்கினார்.' நாட்டார் வழக்காறுகளின்பால் ஆர்வம் காட்டிய முன்னோடியாக விளங்கிய தமிழறிஞர்களிடையே

கலைச்சொல்லோடு இணைத்துப் பொருள் வரையறை செய்வதில் மு. அருணாசலம் மட்டுமே சமூக அறிவியல்புல அறிஞர்களுக்கு அண்மித்து வருகிறார் என்பது நமது துணிவு' (ஆ. தனஞ்செயன், அறியப்படாத தமிழ் உலகம், ப.303.)என்னும் கருத்து குறிப்பிடத்தக்கது. நாட்டுப்புறவியல் சிந்தனை குறித்த எந்த வளர்ச்சியும் ஏற்படாத அக்காலச் சூழலில் வாய்மொழிப் பாடல் என்கிற பெயரைக் காரணத் தெளிவோடு மு.அ. பரிந்துரைத்துள்ளது ஏற்புடையதாகவும் பொருள்தெளிவுடனும் அமைந்துள்ளது.

வாய்மொழிப் பாடல்களுக்கு இலக்கியத் தகுதியை ஏற்றிப்பார்த்தல்

அச்சு ஊடகத்தின் வருகைக்குப் பிறகு தொடங்கப்பட்ட பதிப்பு முயற்சிகளால் தமிழ்ச் செவ்விலக்கியங்களின் நெடியமரபும் தனித்துவமும் வெளிச்சமாக்கப்பட்ட நிலையில், ஒட்டுமொத்தத் தமிழறிஞர்களின் சிந்தனையும் செவ்விலக்கியங்களின்மீதே சென்றன. இலக்கணக் கவிதைகள் மட்டுமே நுட்பமும் செறிவும் மிக்கவை. வாய்மொழிப் பாடல்கள் அற்பமானவை என்று கருதிய போக்கு தமிழறிஞர்களிடம் பரவலாகக் காணப்பட்டது. எழுத்திலக்கியத்திற்கு இருக்கும் தகுதி வாய்மொழிப் பாடல்களுக்கு இல்லை என்றும் சாதியிலும் பொருளாதாரத்திலும் பின்தங்கியவர்களுக்கும் கல்வியறிவில்லாதவர்களுக்கும் மட்டுமே வாய்மொழிப் பாடல்கள் உரியது என்றும் தீர்க்கமாகக் கருதினர். இத்தகைய சமூகப் பின்புலத்தில் வாய்மொழிப் பாடல்களை மு.அ. அணுகிய விதம் அறிவார்ந்த நிலையில் அமைந்துள்ளது. 'கல்வியறிவுடையவர்கள் இவற்றை அற்பமென்றே கருதி ஒதுக்கிவிட்டார்கள். ஆங்கில இலக்கியம் பயின்றவர்கள் ஆங்கில மொழியில் இத்தகைய இலக்கியத்தை விரிவாய்த் தொகுத்து ஆராய்ந்து பாராட்டி வைத்திருப்பதைக் கண்டபோது, தமிழில் வாய்மொழிப் பாடல்களே இல்லை. அதனால் தமிழிலக்கியத்திலே இப்படியொரு தனிப்பிரிவுக்கும் இடமில்லை என்று முடிவு செய்ய நேர்ந்தது (காற்றில் மிதந்த கவிதை, ப.6.)என்று வாய்மொழி இலக்கியங்கள் மீதான அக்கால மனநிலையை மு.அ. பதிவுசெய்துள்ளார். வாய்மொழிப் பாடல்கள் அற்பமானவையோ, ஒதுக்கத்தக்கவையோ அல்ல. அவற்றிற்கும் இலக்கியத்தகுதி உண்டு, அவையும் ரசிப்பதற்கு உரியவை என்பதைச் சான்றுகளுடன் கூறியுள்ளார். பழந்தமிழ்ப் புலவர்கள் முதல் பாரதியார் வரையில் வாய்மொழிப் பாடல்களில் ஈடுபாடு காட்டியுள்ள நிலையைச் சுட்டிக்காட்டி இவற்றிற்கு மேலான இலக்கியத் தரமும் தகுதியும் உண்டு என்பதைத் தெளிவுபடுத்தியுள்ளார்.

எழுத்திலக்கியத்திற்கு இணைநிலையில் வைத்து வாய்மொழி இலக்கியத்தை அணுகுதல்

எழுத்திலக்கியங்களுக்குச் சமூகத்தில் இருந்த உயர்ந்த மதிப்பீடுகள் காரணமாக, வாய்மொழிப் பாடல்களுக்கு இலக்கியத் தகுதியை ஏற்றிப் பார்ப்பதுடன் அதற்கு இணைநிலையில் வைத்து வாய்மொழி இலக்கியத்தை அணுகவேண்டிய சமூகத் தேவையும் தொடக்கக் காலத்தில் நாட்டுப்புற ஆய்வாளர்களிடையே பரவலாக இருந்து வந்துள்ளது. எழுதப்பட்ட இலக்கியத்தைச் சுவைக்கும் ரசனை முறையும் எழுதப்பட்ட இலக்கியத்தின் யாப்பு விதிகளையும் நாட்டார் பாடல்களில் ஏற்றிப் பார்க்கும் தன்மையையும் காணமுடிகிறது.

'அம்மா பொன்னே' என்ற சிறுமியர் பாடலைக் குறிப்பிட்டு, 'நாயகனால் பாராமுகம் செய்யப்பட்ட நாயகி கூற்றாக இதைத் தெரிவிக்கும்போது, நாமும் இந்தப் பாட்டின் பாவத்திலே தோய்ந்து, அவளிடம் உண்மையான பரிவு கொண்டு அந்த நாயகனுடைய நிலையை எண்ணி இரங்குகிறோம். இப்பாடல்களிலே காணும் கவிச்சுவை எவ்வளவோ இன்பம் விளைவிப்பதாயிருக்கிறது. இவ்வின்பம் புத்தக வடிவிலுள்ள வேறு கவிதைகளைப் பயிலுவதனால் பிறக்கும் இன்பத்துக்கு எவ்வகையிலும் குறைந்ததன்று' (மேலது, முன்னுரை, ப.10.)என்று, வாய்மொழி இலக்கியம், செவ்விலக்கியம் இரண்டினால் பிறக்கும் இன்பமும் இணையானது என்ற நிலைப்பாட்டுடனே இப்பாடல்களை அணுகியுள்ளார்.

கற்பித வருணனையுடன் கட்டுரைகளை அமைத்தல்

ஒரு நாட்டுப்புறப் பாடலைத் தெரிவுசெய்துகொண்டு அதை விளக்குவதற்கேற்ற வகையில் ஒரு களத்தை உருவாக்கிக்கொண்டு 'கற்பித வருணனை' அடிப்படையில் கட்டுரைகளை எழுதிச்செல்லும் போக்கை மு.அ.விடம் காணமுடிகிறது. மக்கள் எளிதில் புரிந்துகொள்ள வேண்டும் என்பதற்காக எளிய இனிய குறிப்புகளைப் பாட்டிற்கு முன்னும் பின்னும் கொடுத்தல்; அப்பாடலுக்கான சூழலைத் தான் விரும்பியவண்ணம் கற்பித்துக் கொண்டு பாடலைச் சிறு சிறு பகுதிகளாகப் பிரித்து விளக்கங்கள் எழுதிச் செல்லுதலைக் 'கற்பித வருணனை' என்று குறிப்பர். ஒரு பின்புலத்தை அல்லது சூழலை விவரித்து விட்டு, அதனில் ஒரு குறிப்பிட்ட வாய்மொழிப் பாடலை எடுத்தாளுகை செய்வதை

ஒருவகை நாட்டார் வழக்காற்றியமாகவே அணுக வேண்டும் என்றே நாட்டுப்புறவியல் ஆய்வாளர்கள் கருதுகின்றனர்.

தஞ்சைப் பகுதியைச் சார்ந்த வாழ்க்கையினரான மு.அ., வேளாண் சமூக மக்களின் வாழ்நிலையை, அவர்களின் தொழில்முறையை உற்றுநோக்கிய அனுபவத்தையே பெரும்பாலும் பாடலை விளக்குவதற்கான சூழலாகக் கற்பித்துக்கொண்டு எழுதியுள்ளார். உழவர்களின் யதார்த்தமான வாழ்வியல் அம்சங்களில் ஏதேனும் ஒன்றினை மையமாகக் கொண்டு, அதை விளக்கிச்செல்லும் போக்கில், ஒரு குறிப்பிட்ட வாய்மொழிப் பாடலின் கண்ணிகளையோ அடிகளையோ அங்குப் பொருத்திப் பார்த்து, அப்பாடலின் நயம், இலக்கியப் பண்புகள், அப்பாடலின் முக்கியத்துவம் ஆகியவற்றைப் புலப்படுத்தியுள்ளார்.

சமகாலத் தன்மையுடன் பொருத்திப் பார்த்தல்

வாய்மொழிப் பாடல் என்றாலே அது பழமையானது, கடந்தகாலச் செய்திகளை மட்டுமே கூறுவது போன்ற கருத்து நிலவிவந்த சமுதாயத்தில், சமகாலச் சூழல்களை அப்பாடல்களில் பொருத்திப் பார்க்கமுடியும் என்றும் அப்பாடல் வெளிப்படுத்தும் கருத்துகளை இன்றைய சமூகச் சூழல்களோடு ஒப்பிட்டுக் காண முடியும் என்றும் மு.அ. தம் கட்டுரைகளில் தெளிவுபடுத்தியுள்ளார். ‘இந்த வாய்மொழிப்பாட்டை டி.கே.சி.யவர்கள் சில ஆண்டுகளுக்கு முன் சொல்லக் கேட்டுப் பெரிதும் அனுபவித்தேன். ஆனால், அன்று இது எவ்வளவு தூரம் பொருந்தும் என்பதைத் திட்டமாக உணர்ந்து கொள்ளவில்லை. இன்றுள்ள நிலைமையில், உலகயுத்தம் நடக்கும் நிலையில், தொடக்கத்தில் சொன்ன செய்திகளை மீண்டும் நினைவுக்குக் கொண்டு வந்து பார்த்த பிறகு தான் இந்தப் பாட்டு எவ்வளவு பரிதாபகரமான இழிந்த நிலையை விளக்குகிறது என்பதை நன்றாக உணரமுடிகிறது’ (மேலது,. ப.73.) என்றும் சமகாலச்சூழலோடு வாய்மொழிப்பாடல்களைப் பொருத்திப் பார்க்கும் மு.அ.வின் பார்வை, எக்காலச்சூழலுக்கும் பொருந்தும் உயிர்ப்புடையனவாக வாய்மொழிப் பாடல்களை அடையாளப்படுத்துகின்றன.

இலக்கிய ரசனையை முதன்மைப்படுத்தல்

1935-1944க்கு இடைப்பட்ட காலத்தில் தன் இலக்கியச் செயல்பாட்டைக் குறித்து மு.அ., ‘அக்கால எனது ஆராய்ச்சியில் இலக்கிய இலக்கண உண்மைகளைக் காண்பதை விட, இலக்கிய

இன்பம் நுகர்வதிலேயே என் உள்ளம் பெரிதும் ஈடுபட்டிருந்தது' (மேலது, ப.1.) என்று குறிப்பிட்டுள்ளார். ஒரு வாய்மொழிப் பாடலை எடுத்துக்கொண்டு அப்பாடலில் பொதிந்துள்ள நயம், பாவம், சொல் எளிமை, அழகிய கூறுகள், ஓசைநயம் போன்றவற்றை ஒவ்வொன்றாக எடுத்துக்கூறிப் படிப்போருக்கு அப்பாடலின்பால் ஈர்ப்புத் தன்மையை ஏற்படுத்தும் வண்ணம் ரசித்து ரசித்துப் பாடலை விளக்கிச் செல்லும் போக்கு மு.அ.வின் கட்டுரைகளில் சிறப்பாக இடம்பெறுகிறது.

> மூங்கில் இலைமேலே
> தூங்கும் பனி நீரே
> தூங்கு பனி நீரை
> வாங்கும் கதிரோனே

என்ற பாடலை விளக்க முற்பட்ட மு.அ.,

எல்லோரும் கண்ட சாதாரண இயற்கை காட்சியை இப்பாடல் படம் பிடித்துக் காட்டுகிறது. ஆகவே இது குறிப்பிடும் பொருள் எல்லோருக்கும் பழக்கமானது. எளிய சொற்கள், அரிய எதுகை நயம், இரண்டாவது வரியை அப்படியே மூன்றாவது வரியில் திருப்பிச் சொல்லியிருக்கிறது. இது கேட்போர் மனதில் பாடல் பதிவதற்கு அரிய துணையாயிருக்கிறது. இவையாவும் ஒரு புறமிருக்க இன்னதென்று சொல்லி விவரிக்க முடியாத ஓர் ஓசைநயமும் கவிநயமும் இதனுள் பொதிந்து கிடக்கின்றன. இந்நயங்களே வாய்மொழிப் பாடல்களுக்கு இலக்கணமாகும் என்று ரசனையுடன் விவரித்துக் கொண்டே செல்கிறார்.

பண்பாட்டைப் பிரதிபலிக்கும் ஆதாரங்களாக வாய்மொழிப் பாடல்களை அணுகுதல்

'காற்றில் மிதந்த கவிதைகள்' என்னும் நூலின் முன்னுரையில், 'இச்சிறு புத்தகம், நம் பண்டைய மக்கட் பண்பாட்டை, உணரவல்ல சிலருக்கேனும் நினைவு கூர இன்று உதவும் என்பது எனது நம்பிக்கை' என்று கூறியே நூலைத் தொடங்குகிறார் மு.அ.வாய்மொழிப்பாடல்கள் இம்மண்ணின் மரபுகளையும், பண்பாட்டையும் பிரதிபலிப்பன என்பதில் அழுத்தமான நம்பிக்கை மு.அ.வின் எழுத்தில் வெளிப்படுகிறது. இந்நூலின் இரண்டாம் பதிப்பு வெளியிட்ட 1977இல், திரைப்பாடல்களின் ஆதிக்கத்தினால் வாய்மொழிப்பாடல்கள் மறைந்து வரும் சூழலைக் கண்ணுற்ற மு.அ., 'உண்மையான தமிழருடைய உள்ளப் பண்பாட்டைப்

பிரதிபலிக்கும் பாடல்கள் யாவும் மறைந்து, போலியான கூத்துக்கள் மலிந்து போயிருப்பது தமிழ் மக்களுக்குப் பெருமையல்ல. எதிர்காலத்தில் வாய்மொழிப் பாடல், நாட்டுப்புறப்பாடல் என ஒன்று இருக்கப்போவதில்லை என்றாலும் பொருந்தும்' (தாலாட்டு இலக்கியம், ப.23.) என எச்சரித்துள்ளார்.

குழந்தை பிறந்தவுடன் நடைபெறும் பல்வேறு சடங்குகளில் 'தொட்டில் இடுதல்' என்பது தமிழ் மண்ணில் சிறப்பாக நடைபெறும் ஒரு நிகழ்வு. இந்நிகழ்வு சார்ந்த வாய்மொழிப் பாடலை விளக்கிச் செல்கையில் அப்பாடல் வழியே வெளிப்படும் பல்வேறு பண்பாட்டுக் கூறுகளையும் மு.அ. சுட்டியுள்ளார். குழந்தையைத் தொட்டிலில் இடும்போது நடைபெறும் சடங்குகளாக, குழந்தை பிறந்த பின் 16ஆம் நாள் தொட்டிலில் இடுதல். குழந்தைக்குச் செய்யப்படும் அலங்காரங்கள். வந்தோருக்குக் காப்பரிசி வழங்குதல். என்று 'தொட்டில் இடுதல்' சடங்கு சார்ந்த கூறுகள் அனைத்தும் வாய்மொழிப் பாடலுக்குள் பொதிந்திருப்பதை எடுத்துக்காட்டுகிறார். ஒவ்வொரு பாடலையும் மு.அ. இம்முறையியலோடு அணுகி வாய்மொழிப் பாடல்கள் பண்பாட்டைப் பிரதிபலிக்கும் ஆதாரங்களாக அமைந்திருப்பதைத் தெளிவுபடுத்துகிறார்.

1909-1992 வரை ஏறக்குறைய நூற்றாண்டு முழுவதும் பயணம் செய்துள்ள மு.அ. 20ஆம் நூற்றாண்டில் முற்பகுதியிக்கும், பிற்பகுதிக்குமிடையே நிகழ்ந்துள்ள மிகப்பெரிய அறிவியல், தொழில்நுட்ப மாற்றங்களை நேரிலேயே கண்டிருக்கிறார். ஊடகச்சூழலை அவருடைய மனம் ஏற்றுக்கொள்ளவில்லை. திரைப்படமும் திரைப்பாடல்களும் அவருக்கு விரும்பத்தக்கதாக அமையவில்லை. அவை தமிழரின் பண்பாட்டை அழித்துக்கொண்டிருப்பதாகக் குறிப்பிட்டு 1977லேயே அவற்றிற்கு எதிரான நிலைப்பாடு கொண்டவராகத் திகழ்ந்துள்ளார். வாய்மொழிப் பாடல்களிலே பெரும்பகுதி மறைந்து விட்டது. மறைந்தவை போக, எஞ்சியுள்ள சிலவற்றையேனும் போற்றுதல் தமிழ்மொழிக்குத் தமிழர் செய்யத்தக்க சிறந்த தொண்டு என்று வாய்மொழிப் பாடல்கள் அழியாமல் பாதுகாக்கப்பட வேண்டியதன் தேவையை வலியுறுத்தி உள்ளார்.

7. கதைப்பாடல் ஆய்வு

Ballad Poetry என்னும் இந்நூலே கதைப்பாடல்கள் குறித்து முறையாகச் செய்யப்பெற்ற முதல் ஆய்வுநூல். ஆய்வாளர்கள் பலர் இத்துறையில் ஆய்வு மேற்கொள்ள இந்நூலே தூண்டுதலாய் அமைந்தது (சோ.ந.கந்தசாமி, திருச்சிற்றம்பல அருணாசலனார் நூற்றாண்டு மலர், ப.65.)

பாடல் வடிவில் வழங்கப்படும் கதைகளைக் கதைப்பாடல் என்று அழைப்பர். ஒரு சமூகத்தின் வரலாற்றையும் பண்பாட்டு விழுமியங்களையும் கண்டறிவதற்கு நாட்டார் வழக்காறுகளில் மிகவும் உறுதுணையாக இருப்பன கதைப்பாடல்களே. தமிழ் நாட்டுப்புறப் பாடல்கள் தொகுப்பின் முன்னோடியாக மு.அ. திகழ்வது போன்றே தமிழ்க் கதைப்பாடல்கள் குறித்து ஆய்வு நூலை எழுதிய முன்னவராகவும் மு.அ. அறியப்படுகிறார். கதைப்பாடல்கள் குறித்து விளக்க முறையில் அதன் அமைப்பு, இசை, வகைமைகள், வரலாற்றுப் பின்புலம் குறித்து ஆராய்ந்து 'Ballad Poetry' என்ற நூலை 1976ல் வெளியிட்டுள்ளார். தமிழ்க் கதைப்பாடல் குறித்து வெளிவந்த முதல் நூலாக மு.அ.வின் நூலையே காணமுடிகிறது. மு.அ. இந்நூலை வெளியிடும் முன்பே, வையாபுரிப்பிள்ளை, நா. வானமாமலை போன்றோரால் பல கதைப் பாடல்கள் ஆராய்ச்சிக் குறிப்புகளுடன் பதிப்பிக்கப்பட்டுள்ளன. மேலும், தாமரை, ஆராய்ச்சி போன்ற இதழ்கள் வழியாகக் கதைப் பாடல் பற்றிய ஆய்வுக் கட்டுரைகளும் பல வெளிவந்துள்ளன. எனினும், தமிழ்க் கதைப்பாடல் பற்றி வெளிவந்த முழுமையான நூலாக, முதல் நூலாக மு.அ.வின் நூலே அமைந்துள்ளது. இத்துறை ஆய்வில் ஈடுபட்ட ஆராய்ச்சியாளர்கள் கதைப்பாடலின் தொடக்கம், வரலாறு, வகைமை, பெயர்கள் போன்ற ஆதாரங்களை இந்நூலை அடிப்படையாகக்கொண்டே சுட்டிக்காட்டிச் செல்கின்றனர்.

1974இல் சென்னைப் பல்கலைக்கழக மரபுசார் பண்பாட்டுப் புலத்தின் (Institute of Traditional Cultures) அன்றைய இயக்குநராக இருந்த கே.கே. பிள்ளையின் அழைப்பிற்கிணங்கி அங்கு நிகழ்த்திய உரையின் விரிவையே 'Ballad Poetry' என்ற நூலாக 1976இல் காந்தி வித்தியாலயம் மூலம் வெளியிட்டுள்ளார். 1940-42 காலப்பகுதியில் சென்னைப் பல்கலைக்கழகத்தில், வாய்மொழிப் பாடல்கள் குறித்து இவர் ஆய்வு செய்த காலத்தில், இவரது ஆய்வறிக்கையின் ஒன்பதாவது பகுதியாக இக்கதைப்பாடல் ஆய்வு அமைந்திருந்தது குறிப்பிடத்தக்கது.

நூலமைப்பும் வகைப்பாடும்

கதைப்பாடல் பற்றிய இந்நூல் ஆங்கில வாசிப்பாளர்களுக்காக எழுதப்பட்டிருப்பினும், மேலோட்டமான தகவல்களாக இல்லாமலும், தொடக்கக் காலத்தில் இவர் வாய்மொழி இலக்கியத்தை அணுகிய ரசனை முறையில் இல்லாமலும் செறிவான தகவல்களுடன் விரிவாக விளக்கப்பட்டுள்ளது.

'Ballad' என்ற ஆங்கிலச் சொல்லுக்குக் கதைப்பாடல் என்றே தற்போதைய நாட்டுப்புறவியல் அறிஞர்கள் பொருள்கொள்ள, 'அம்மானைப் பாடல்' என்ற பொருள்கொண்டே மு.அ. எழுதியுள்ளார்.

இந்நூல் இரு பகுதிகளாகப் பிரிக்கப்பட்டுள்ளது. முதல் பகுதியில் பாலட் என்பதன் பொருள், நோக்கம், வடிவம், அமைப்பு முறை, பாடுபொருள், கையாளப்படும் உத்திகள், அவற்றில் வெளிப் படும் பழக்கவழக்கங்கள் மற்றும் நம்பிக்கைகள், அவற்றைப் பாடியவர்கள், அவற்றின் காலம், கவிதைத் தன்மை அவற்றில் அமைந்துள்ள இசை, கதைப்பாடலுக்கும் நாட்டுப்புறப் பாடலுக்குமான வேறுபாடு, கதைப்பாடல்கள் குறித்த ஆய்வுகள், பதிப்பு வரலாறு முதலியன விளக்கப்பட்டுள்ளன.

நூலின் இரண்டாம் பகுதி, தொகுக்கப்பட்ட கதைப் பாடல்களின் வகைப்பாட்டைக் கதைப்பாடல்களில் பொதிந்துள்ள கதைகளுடன் விளக்கிச் செல்கிறது. நாட்டுப்புற வழக்காற்றியல் குறித்த ஆய்வுகள் பெருமளவில் முன்னெடுக்கப்படாத 1970களில் மு.அ. கதைப்பாடல்களை வகைப்படுத்தியிருக்கும் முயற்சி, பிற்கால ஆய்வாளர்களுக்குத் தெளிவான பாதையை வகுத்துக் கொடுத்தது எனலாம். கதைப்பாடல்களை ஏழு பெரும் பிரிவுகளாகவும் 24 உட்பிரிவுகளாகவும் பிரித்து, ஏறக்குறைய 200 கதைப்பாடல்களைத் தம் நூலில் விளக்கியுள்ளார்.

1. **காதலை அடிப்படையாகக் கொண்ட கதைப்பாடல்கள்** (Romantic Ballads)

    i) மகாபாரதக் கதைப்பாடல்கள்
    ii) இதிகாசக் கதைப்பாடல்கள்
    iii) இலக்கியக் கதைப்பாடல்கள்
    iv) கதையை அடிப்படையாகக் கொண்ட கதைப்பாடல்கள்

2. வரலாற்றுக் கதைப்பாடல்கள் (Historical Ballads)

    i) ராமப்பையன் கதைப்பாடல்கள்
    ii) செஞ்சி கதைப்பாடல்கள்
    iii) கான்சாகிபு கதைப்பாடல்கள்
    iv) கட்டபொம்மன் கதைப்பாடல்கள்
    v) சிவகங்கை கதைப்பாடல்கள்
    vi) பிற வரலாற்றுக் கதைப்பாடல்கள்

3. புராணக் கதைப்பாடல்கள் (Puranic Ballads)

    i) புராணங்களிலுள்ள கதைப்பாடல்கள்
    ii) தலபுராணங்களைப் பேசும் கதைப்பாடல்கள்
    iii) நாட்டுப்புறக் கதைப்பாடல்கள்

4. சமூகக் கதைப்பாடல்கள் (Sociological Ballads)

    i) சமூகத்தைப் பிரதிபலிக்கும் கதைப்பாடல்கள்
    ii) அறக்கருத்துகளை வலியுறுத்தும் கதைப்பாடல்கள்
    iii) அவலக் கதைப் பாடல்கள்
    iv) குற்றவாளிகளை மேன்மைப்படுத்தும் கதைப்பாடல்கள்

5. பிற கதைப்பாடல்கள் (Other Ballads)

    i) தத்துவக் கதைப்பாடல்கள்
    ii) வேடிக்கைக் கதைப்பாடல்கள்
    iii) சைனக் கதைப்பாடல்கள்
    iv) இஸ்லாமியக் கதைப்பாடல்கள்
    v) கிறித்தவக் கதைப்பாடல்கள்

6. வில்லுப்பாட்டு (Villu-pattu)

    தக்கை - பாட்டு

7. நவீன கதைப்பாடல்கள் (Modern Ballads)

    i) நவீன கதைப்பாடல்கள்
    ii) சமூகச் சீர்திருத்தம் பேசும் கதைப்பாடல்கள்

என்று கதைப்பாடல்களை மிக விரிவாக வகைப்படுத்தி ஆய்வு செய்துள்ளார். பதிப்பிக்கப்பட்ட கதைப்பாடல்களை மட்டும் கொள்ளாமல் ஓலைச்சுவடியாக இருந்த கதைப்பாடல்களையும் இவர் ஆய்வுக்குட்படுத்தியிருக்கிறார். 'கதைப்பாடல்கள் குறித்த

அறிமுகத்தோடு நூலில் விவாதிக்கப்பட்ட கதைப்பாடல்களின் பட்டியலை முதன்முதலில் மு. அருணாசலம் 'Ballad Poetry' (1976) எனும் ஆங்கில நூலில் கொடுக்கின்றார்' (கு. சுதாகர், தமிழ் நூல் தொகுப்பு வரலாறு, ப.261) என்று இந்நூலின் சிறப்பை ஆய்வாளர்கள் குறித்துள்ளனர். இப்பட்டியலில் பதிப்பிக்கப்பட்ட கதைப்பாடல்கள் மட்டுமன்றி பதிப்பிக்கப்படாத கதைப்பாடல்களின் பெயர்களும் உள்ளன.

மேலும், நூலானது ஆங்கில மொழியில் அமைந்திருப்பதால் தமிழ்க் கதைப்பாடல் அடிகளும் ஆங்கில மொழிபெயர்ப்பாகவே நூலின் இடையில் அமைந்துள்ளன. அப்பாடலடிகளின் தமிழ்வடிவம் நூலின் பின்பகுதியில் பின்னிணைப்பாகக் கொடுக்கப்பட்டுள்ளது. நூலின் இறுதியில் 178 கதைப்பாடல்களின் பெயர்ப் பட்டியல் தொகுத்துத் தரப்பட்டுள்ளது. வில்லுப்பாட்டு என்ற பாடல் வடிவமும், கதை கூறுவதை மரபாகக் கொண்டிருப்பதால் கதைப்பாடலின் ஒரு வகைமையாகவே கொண்டு ஆய்வு செய்துள்ளார்.

கதைப்பாடல் ஆய்வின் தேவை

வாய்மொழி இலக்கியங்கள்மீது ஆரம்பகால முதலே ஆர்வமும் ஈடுபாடும் கொண்டிருந்த மு.அ., இலக்கிய வரலாற்று நூல்களை எழுதிக்கொண்டிருந்த காலப்பகுதியில்தான் கதைப்பாடல் நூலையும் வெளியிட்டுள்ளார். முழுமையான வரலாற்றெழுதியலுக்குச் செவ்விலக்கியங்கள் மட்டுமல்லாமல் கதைப்பாடல்களும் ஆதாரமாக அமையும் என்பதில் மு.அ. உறுதியாக இருந்துள்ளார். தன் பதினாறாம் நூற்றாண்டு இலக்கிய வரலாற்றில் புதிதாக அம்மானை இலக்கியம் என்ற தலைப்பையும் புகுத்தி ஆய்வை நடத்தியுள்ளார்.

வரலாற்றுச் சான்றுகள் அழிந்துவிட்ட அல்லது அழிக்கப்பட்டுவிட்ட சமயங்களில் நாட்டுப்புறப் பாடல்கள், குறிப்பாகக் கதைப்பாடல்கள் வரலாற்றைப் புரிந்துகொள்ள உதவிபுரியும் என்றும் தமிழிலுள்ள வரலாற்றை அடிப்படையாகக் கொண்டு கதைப்பாடல்கள் 17ஆம் நூற்றாண்டின் இடைப்பகுதியில் இருந்து 19ஆம் நூற்றாண்டு வரையுள்ள ஆதாரங்களை உள்ளடக்கியுள்ளன என்றும் குறிப்பிட்டுள்ள மு.அ., ஒரு குறிப்பிட்ட காலகட்டத்தின் சமூக, வரலாற்று சூழலைக் கதைப்பாடல் கொண்டு கண்டறிய முடியும் என்பதால் அவற்றைத் தொகுக்க வேண்டியதன் அவசியத்தையும் வலியுறுத்தி உள்ளார்.

தமிழிலக்கிய அறிஞர்களும் ஆய்வாளர்களும் சங்க இலக்கியங்களே சிறந்தவை, பழந்தமிழ் இலக்கணங்களே உயர்ந்தவை என்ற போக்கில் செவ்விலக்கியங்கள் மீதே நாட்டம் கொண்டு அவற்றையே பதிப்பித்தும் ஆய்வு செய்தும் வரும் நிலையைச் சுட்டிக்காட்டியுள்ள மு.அ., கதைப்பாடல்களைத் திரட்டித் தொகுப்பதன் மூலம் பண்பாட்டு விழுமியங்களை மீட்டெடுக்க முடியும் என்றும் அத்தகைய பணிக்குத் தன் நூல் ஒரு தூண்டுகோலாக இருக்கும் என்றும் முன்னுரையில் தெரிவித்துள்ளார். மேலும், பல கதைப்பாடல்களைத் திரட்டுவதற்கும் கள ஆய்வு நிகழ்த்துவதற்குமான களங்களையும் மனிதர்களையும் சுட்டியிருப்பதுடன், இலக்கிய மற்றும் சமூக வரலாற்றின் மீது ஆர்வமுடைய ஒவ்வொருவரும் இத்துறையில் முறையான ஆய்வை மேற்கொள்ள வேண்டியது கடமை எனக் குறிப்பிட்டும் கதைப்பாடல்கள் ஆய்வின் தேவையை வலியுறுத்தியுள்ளார்.

கதைப்பாடல் நூலின் செல்நெறிகள்

தனக்கு முன்பு கதைப்பாடல் குறித்து எழுதப்பட்ட ஆதாரநூல்கள் எதுவும் இல்லாத நிலையில் தன்னுடைய கடின உழைப்பு மற்றும் தொடர்ச்சியான தேடல் மூலமாக அனைத்து ஆதாரங்களையும் தன் நூலில் திரட்டித் தந்துள்ளார். ஒவ்வொரு கதைப்பாடலையும் எடுத்துக்கொண்டு அதன் அனைத்துக் கூறுகளையும் ஆராய்ந்து விளக்கியுள்ளார்.

பெயருக்கான காரணத்தை விளக்குதல், கதைப்பாடலில் இடம்பெறும் கதைமாந்தர்களின் காலம் கூறுதல், கதையை விளக்குதல், எந்தப் பாவகையில் பாடப்பட்டுள்ளது என்று கூறுதல், அக்கதைப்பாடல் எத்தனை பதிப்புகள் பதிப்பிக்கப்பட்டுள்ளது என்ற செய்தியைக் குறிப்பிடுதல், வரலாற்றுக் கதைப்பாடலாக இருப்பின் வரலாற்றுடன் தொடர்புப்படுத்தி விளக்குதல், கதைப்பாடலில் ஆசிரியர் கையாண்ட சிறப்புச் செயல்பாடுகள் அல்லது புதுமைகளை விளக்குதல், கதைப்பாடலின் காலத்தை வரையறுத்தல், ஒரே கதைக்கருவைக் கொண்டுள்ள பல்வேறு கதைப்பாடல்களுக்கு இடையேயுள்ள ஒற்றுமை வேற்றுமைகளை ஒப்பிடுதல், குறிப்பிட்ட வகைப்பாட்டுக்குள் ஒரு கதைப்பாடல் இடம்பெற்றுள்ளதற்கான காரணத்தைக் கூறுதல், ஒவ்வொரு கதைப்பாடலும் எந்தெந்தப் பகுதியில் பிரபலமாகப் பாடப்பெறுகிறது என்று குறிப்பிடுதல், கதைப்பாடல்களில் பிற இலக்கியங்களின் தாக்கம் அமைந்திருக்குமானால் அவற்றையும்

சுட்டிக்காட்டுதல் என்று, ஒவ்வொரு கதைப்பாடல் குறித்தும் ஏராளமான செய்திகளைத் திரட்டித்தந்துள்ளார். அவ்வகையில் மு.அ.வின் நூல் கதைப்பாடலுக்கான முதல், முக்கிய ஆவணமாகத் திகழ்கிறது எனலாம்.

கதைப்பாடல்களின் கால ஆய்வும் பதிப்பு வரலாறும்

தமிழின் முதல் கதைப்பாடலாக 'அல்லி அரசாணி மாலை' என்ற பாடலே தோன்றியிருக்கும் என்பது மு.அ.வின் கருத்து. அதனாலேயே அல்லி அரசாணி மாலை இடம்பெறும் பிரிவான, காதல் கதைப்பாடல்கள் என்பதனை முதலாகக் கொண்டு தன் வகைப்பாட்டைத் தொடங்கி உள்ளார். கி.பி. 16ஆம் நூற்றாண்டின் இறுதியில் முதல் அம்மானைப் பாடப்பட்டிருக்கலாம் என்றும் கி.பி. 1640இல் எழுதப்பட்ட இராமப்பையன் அம்மானை என்ற கதைப்பாடலே காலவரையறை தெளிவாகத் தெரிந்த முதல் கதைப்பாடலாக நமக்குக் கிடைப்பது என்றும் தெரிவித்துள்ளார்.

மேலும், கதைப்பாடல்கள் பாடப்பட்ட வரலாற்றினை,

i) வரலாற்றுக் கதைப்பாடல்கள் அவ்வக்காலத்தில் பாடப்படுதல் (இராமப்பையன் அம்மானை, இரவிகுட்டிபிள்ளைப் போர், தேசிங்கு ராஜன் கதை)

ii) வரலாற்றுக் கதைப்பாடல் அவ்வக்காலத்திற்குப் பிறகு பாடப்படுதல். (கட்டபொம்மன், கான்சாகிபு, மருது கதைகள்)

iii) புராணம் மற்றும் பிற கதைப்பாடல்கள், 17-18ஆம் நூற்றாண்டுகளில் எழுதப்பட்டன.

என்று தொகுக்கப்பட்ட கதைப்பாடல்களின் உள்ளடக்கத்தைக் கொண்டு மூன்று வகையாகப் பகுத்துள்ளார்.

கி.பி 1800 வரை தமிழர்களுக்குப் பதிப்பிக்கும் அச்சுரிமை இல்லாதிருந்த காரணத்தினால் அதன் பிறகே கதைப்பாடல்கள் பதிப்பிக்கப்பட்டிருக்கும் என்றும், முதலில் பதிப்பிக்கப்பட்ட கதைப்பாடல் கித்தேரி அம்மாள் அம்மானை என்றும் குறிப்பிட்டுள்ள மு.அ., எந்த ஆண்டு என்பதைக் குறிப்பிடவில்லை. 18ஆம் நூற்றாண்டின் முற்பகுதி என்று மட்டுமே கூறியுள்ளார். இதன்பின் 20-ஆம் நூற்றாண்டிலிருந்து பதிப்பு வரலாற்றைப் பதிவு செய்துள்ளார்.

கதைப்பாடல்கள் பதிப்பிக்கப்பட்ட தொடக்ககால வரலாற்றை 5 கட்டங்களாகப் பிரித்து விளக்கியுள்ளார்.

குஜிலிக் கடைப் பதிப்பு

குஜிலிக் கடைப் பதிப்பு என்ற முதற்கட்ட பகுப்பில் 'குஜிலிக் கடை' குறித்த செய்திகளைத் தெரிவித்துள்ளார். சென்னை கந்தசாமி கோயிலின் அருகே மாலை நேரத்தில் கூடும் கடைகள் குஜிலிக் கடைகள் என்று அழைக்கப்பட்டன. 20ஆம் நூற்றாண்டின் தொடக்கப் பகுதியில், இக்கடைகள் மலிவான பொருட்கள் கிடைக்குமிடமாகத் திகழ்ந்தன. மலிவு விலையில் அச்சிடப்பட்ட பெரிய எழுத்துக் கதைப்பாடல் நூல்கள் இக்கடைகளில் விற்கப்பட்டன. இருபதாம் நூற்றாண்டின் முற்பகுதியில் இத்தகைய கடைகளில் விற்பதற்காகப் பதிப்பிக்கப்பட்ட கதைப்பாடல்களே கதைப்பாடல் பதிப்பு வரலாற்றின் முதற்கட்டமாக மு.அ. குறித்துள்ளார்.

பவானந்தம் பிள்ளை பதிப்பு

தமிழகக் காவல்துறையில் பணியாற்றிய பவானந்தம்பிள்ளை தொல்காப்பியம், யாப்பருங்கலம், இறையனார் களவியல், நன்னூல் போன்ற இலக்கண நூல்களைப் பதிப்பித்துள்ளார். ஆனால், அவர் பத்துக் கதைப்பாடல்களைப் பதிப்பித்துள்ளார் என்ற செய்தியை மு.அ.வே குறிப்பிட்டுள்ளார். குஜிலிப் பதிப்பு போன்று இல்லாமல் சிறந்த முறையில் இக்கதைப்பாடல்கள் பதிப்பிக்கப்பட்டுள்ளதாகவும் தெரிவித்துள்ளார். இத்துறையில் பணியாற்றியவர்களுக்கே தெரியாத செய்திகளைத் தருவதிலும் கதைப்பாடல் ஆளுமைகளை அடையாளம் காட்டுவதிலும் இந்நூல் வழிகாட்டுதலாக அமைந்துள்ளது. பவானந்தம் பிள்ளை பதிப்பு முதலான இக்காலக்கட்ட கதைப்பாடல் பதிப்புகளை இரண்டாம் கட்டமாக மு.அ. குறிப்பிட்டுள்ளார்.

வையாபுரிப்பிள்ளை பதிப்பு

நாட்டுப்புற வழக்காறுகளில் கவனம் செலுத்துவது அல்லது ஈடுபடுவது என்பதனைத் தமிழறிஞர்கள் இழிவாகக் கருதிய காலப்பகுதியில், பேரகராதி அறிஞர் என்ற சிறப்பிக்கப் பெற்றவரும், சென்னைப் பல்கலைக்கழகத் தமிழ்த்துறைத் தலைவராக இருந்தவருமான வையாபுரிப்பிள்ளை 'இராமப்பையன் அம்மானை' கதைப்பாடலைப் பதிப்பித்தார். கிடைக்கின்ற

கதைப்பாடல்களில் காலம் உறுதியாகத் தெரிந்த கதைப்பாடலாகவும் வரலாற்றுத் தகவல்கள் அடங்கிய நூலாகவும் இந்நூல் அமைந்திருந்ததாலேயே கால ஆராய்ச்சியில் ஈடுபட்டிருந்த வையாபுரிப்பிள்ளைக்கு இக்கதைப்பாடல் மீது ஈர்ப்பு ஏற்பட்டு இந்நூலைப் பதிப்பித்ததாக மு.அ. குறித்துள்ளார். இந்நூல் 1951இல் வெளியிடப்பட்டிருப்பினும் 1938இல் இப்பணி தொடங்கப் பட்டிருக்கிறது. அக்காலகட்டத்தில் மு.அ., வையாபுரிப்பிள்ளையின் மாணவராக இருந்துள்ளதால் இப்பணியை நேரடியாக அறிந்திருக்க வாய்ப்புள்ளதாகக் கருத இயலுகிறது. வையாபுரிப்பிள்ளை பதிப்பித்த இக்காலக்கட்டத்தை மூன்றாம் கட்டமாக மு.அ. பகுத்துள்ளார்.

சென்னை அரசு கீழ்த்திசைச் சுவடி நிலையம் மற்றும் தஞ்சை சரஸ்வதி மகால் நூலகப் பதிப்பு

வையாபுரிப்பிள்ளையின் பதிப்புக்குப் பிறகு தொன்னூல் சுவடி நிலையமும் சரஸ்வதி மகால் நூலகமும் அரசின் உதவியுடன் கதைப்பாடல்களைப் பதிப்பிக்கத் தொடங்கின. இக்கட்டத்தை நான்காம் கட்டமாக மு.அ. பகுத்துள்ளார். வையாபுரிப்பிள்ளையின் பதிப்பைப் பார்த்த பின்பும், பதிப்புநெறி எதுவும் பின்பற்றப்படாமல் கதைப்பாடல்களை வெளியிட்டுள்ளதாக இந்நிறுவனத்தின் பதிப்புக் குறைபாடுகளை மு.அ. சுட்டியுள்ளார். தெ.பொ.மீ.யின் மகாபுராண அம்மானை தனிச்சிறப்பு வாய்ந்த நூல் என்று பாராட்டினாலும் அது மொழியியல் நோக்கில் மட்டுமே அணுகியுள்ளதையும் குறையாகவே சுட்டியுள்ளார். வையாபுரிப்பிள்ளையின் ‘இராமப்பையன் அம்மானை’ பதிப்புக்குப் பிறகு அதே நூலைத் தஞ்சை சரஸ்வதி மகால் நூலகம் பதிப்பித்துள்ளது. அப்பதிப்பில் இருந்த குறைகளையும் மு.அ. சுட்டிக்காட்டியுள்ளார்.

மதுரை காமராசர் பல்கலைக்கழகப் பதிப்பு

கதைப்பாடல்கள் பதிப்பு வரலாற்றின் ஐந்தாம் கட்டமாக, மதுரைப் பல்கலைக்கழகத்தின் வழியாக வரலாற்றுக் கதைப்பாடல்கள் பதிப்பிக்கப்பட்ட காலகட்டத்தைக் குறிப்பிட்டுள்ளார். இக்கதைப்பாடல்கள், பதிப்பித்தோர், அந்நூலில் பேசப்பட்டுள்ள நிகழ்வுகள், வரலாற்றுப் பின்புலம் ஆகியவற்றை விளக்கியிருப்பினும், பாடலடிகளில் எண்ணிடப்படாமை, சாதாரணமான பாடப்பிழைகள் மற்றும் அச்சுப்பிழைகள் திருத்தப்படாமை போன்ற குறைகள் இப்பதிப்புகளில் இடம்பெற்றுள்ளன என்பதை மு.அ. சுட்டிக்காட்டியுள்ளார்.

கதைப்பாடல் ஆய்வுக்கும், அக்கதைப்பாடல்களை வகைமைப்படுத்தும் பணிக்கும் பதிப்பிக்கப்பட்ட கதைப்பாடல்களை மட்டும் மு.அ. கொள்ளவில்லை. இலக்கிய வரலாறெழுதியலுக்குச் சுவடிகளையும் ஆதாரமாகக் கொண்டது போலவே கதைப்பாடல் ஆய்வுக்கும் பல்வேறு சுவடி நிலையங்கள், நூலகங்களிலிருந்து சுவடிகளைத் தேடிப்பெற்று அவற்றை முறையாகப் பயன்படுத்தி ஆய்வினை நிகழ்த்தியுள்ளார். மு.அ.வின் 'கதைப்பாடல்' நூல் வழியாகக் கதைப்பாடலின் இயல்புகள், கரு, கதை, உள்ளடக்கம், பொருண்மை போன்றன ஆய்ந்தறிந்து விளக்கப்பட்டுள்ளன. 'கதைப்பாடல் குறித்து ஆராய்ச்சியில் ஈடுபட்டவர்களுக்கு மு. அருணாசலத்தின் நூலே ஆதாரமாக இருந்தது' (கு. சுதாகர், தமிழ் நூல் தொகுப்பு வரலாறு, ப.261.)

நாட்டுப்புற வழக்காற்றியல் துறை ஆய்வுகள், இன்று பரவலாக வளர்ச்சி பெற்றுள்ள நிலையில், இச்செய்திகள் மிகச் சாதாரணமானவையாகக் கருதப்பட்டாலும் எந்த ஆதாரங்களும் இல்லாத தொடக்கக் காலத்தில் தன் தனி முயற்சியின் மூலம் கதைப்பாடல்களை ஆய்வுக்குட்படுத்தி மு.அ. கண்டறிந்துள்ள இம்முடிவுகள் ஆரம்பகால நாட்டுப்புறவியல் ஆய்வாளர்களுக்கு ஆதாரமாகவும் வழிகாட்டுதலாகவும் அமைந்தன.

8. பதிப்புப்பணிகள்

தங்கள் முக்கூடற்பள்ளு இன்றும் பள்ளுப்பதிப்பிற்குச் சிறந்த எடுத்துக்காட்டாய்த் திகழ்கிறது (க.கைலாசபதி, 23.02.1971இல் மு.அ.வுக்கு எழுதிய கடிதம்)

இலக்கிய வரலாற்றைக் கட்டமைப்பதற்கும் இலக்கியங்கள் வழியாகச் சமூக வரலாற்றை மீட்டெடுப்பதற்குமான அடிப்படைக் காரணிகளுள் ஒன்றாகப் பதிப்புச் செயல்பாடு அமைகிறது. சுவடிகளுக்குள் சுருங்கிக்கிடந்த தமிழ்ச் சமூகத்தின் தொன்மைச்சிறப்பும் பண்பாட்டுப் பெருமையும் பதிப்பு முயற்சிகளுக்குப் பிறகே உலகமெங்கும் பரவியது. பதிப்பு வரலாற்றிலும் மு.அ., தனக்கென ஒரு தனி இடத்தைப் பிடித்திருக்கிறார். அவரது தமிழ்ப்பணியின் தொடக்கப்பணியாகப் பதிப்புப்பணியே அமைந்திருதது.

பதிப்புப்பணியின் தொடக்கம்

1930களின் தொடக்கத்தில் வையாபுரிப்பிள்ளை ஈடுபட்டிருந்த புறத்திரட்டு, தொகைநூல்கள் பதிப்பு வேலைகளில் தானாக விரும்பிச் சென்று மு.அ.உதவியுள்ளார். ஏறக்குறைய இரண்டாண்டு காலம் இப்பதிப்புப்பணியில் ஈடுபட்டிருந்ததன் மூலம், பதிப்புப் பணிக்கான அனைத்து அடிப்படை செய்திகளையும் நுட்பங்களையும் மு.அ. அறிந்துகொண்டார். மேலும், சென்னைப் பல்கலைக்கழகத் தமிழ் ஆராய்ச்சித் துறையின் தலைவராக இருந்த அனவரத விநாயகம் பிள்ளையுடனும் இணைந்து ஏடுகள் பரிசோதிக்கும் பணியில் ஈடுபட்டுள்ளார். இவர்களுடன் மட்டுமன்றிப் பதிப்புலகின் முன்னோடியான உ.வே.சா.விடமும் நெருங்கிப் பழகும் வாய்ப்பும் மு.அ.வுக்கு வாய்த்திருக்கிறது. ‘மகோபாத்தியாய டாக்டர் உ.வே.சாமிநாதையர் அவர்களோடு 1935 முதல் 1942 வரை, அவர்கள் திருக்கழுக்குன்றம் செல்லும்வரை ஒரு பேரப்பிள்ளை போல் பழகி வந்திருக்கிறார்’ (சேயூர் முருகன் உலா, முன்னுரை, ப.73.) தமிழ்க்கல்வியின் பின்புலம் இல்லாத நிலையிலும் உ.வே.சா, வையாபுரிப்பிள்ளை, அனவரதவிநாயகம் பிள்ளை போன்ற பதிப்பு முன்னோடிகளுடன் ஏற்பட்ட தொடர்பும் அவர்தம் பதிப்புச் செயல்பாடுகளுக்குள் தன்னை இணைத்துக்கொண்டதனால் பெற்ற அனுபவங்களுமே மு.அ.வை பதிப்புப் பணியில் ஈடுபடுத்தியிருக்கிறது.

சுவடி சேகரித்தலும் சுவடிப் பயிற்சியும்

சுவடிகளைப் பரிசோதித்து நூலைப் பதிப்பித்தல், ஏற்கெனவே பதிப்பிக்கப்பட்ட பழம் நூல்களை மீள்பதிப்புச் செய்தல் என்ற இருவகைப்பட்ட அன்றைய பதிப்புச் செயல்பாட்டில் முதல் வகைப்பட்ட பதிப்பு முயற்சிக்கே மு.அ. முக்கியத்துவம் அளித்திருந்ததால், சுவடி சேகரித்தல் என்பதும் அவரது தமிழ்ப்பணிகளுள் ஒன்றாக அமைந்துள்ளது. தமிழகம் முழுவதும் தேடி அலைந்து சுவடி சேகரிக்கும் பணியில் மு.அ. ஈடுபட்டுள்ளார். பின்னாளில் இலக்கிய வரலாற்று எழுதியலில், கால வரையறை செய்வதற்கு இச்சுவடிகள் பெருமளவு அவருக்குத் துணை நின்றுள்ள நிலையை இலக்கிய வரலாற்று அடிக்குறிப்புகள் தெளிவுபடுத்துகின்றன. கதைப்பாடல்கள் பற்றிய ஆய்வுநூலுக்கும், பதிப்பிக்கப்பட்ட கதைப்பாடல்களை மட்டும் கொள்ளாமல் பல்வேறு இடங்களிலிருந்து சுவடிகளைத் தேடிப்பெற்று ஆய்வு நிகழ்த்தியுள்ளதை அறிய முடிகிறது. அவரது மறைவுக்குப் பின் அவரால் சேகரிக்கப்பட்ட நூற்றுக்கணக்கான ஓலைச்சுவடிகள் பாதுகாப்புக்கருதி அவரது குடும்பத்தினரால் உ.வே.சா. நூலகத்திற்கு வழங்கப்பட்டுள்ளன.

பதிப்புப்பணிக்கு அடிப்படையான, சுவடிகளைப் படித்தறியும் புலமை மட்டுமன்றிப் பல ஏடுகளைப் பரிசோதிக்கும்போது பாடங்கள் வேறுபடின் அவற்றுள் சரியான பாடம் எது என்று தேர்கின்ற புலமையும் தொடக்க நாள்களிலேயே மு.அ.விடம் வெளிப்பட்டுள்ளது. வையாபுரிப்பிள்ளையின் சங்க இலக்கியப் பதிப்பின்போது உடனிருந்த மு.அ., புறநானூற்று ஏடுகளை ஒப்புநோக்கிக் கொண்டிருந்தவேளை,

'நிற்பாடிய வலங்கு செந்நா
பிற் பிறரிசை நுவலாமை'

என்று ஒரு ஏட்டில் காணப்பட்டுள்ளது. இவ்வடிகளை,

'நிற்பாடிய வயங்கு செந்நா
பிறரிசை நுவலாமை'

என்று உ.வே.சா. முன்னரே பதிப்பித்திருந்தார். உ.வே.சா பதிப்பிலும், தான் பார்த்த ஏட்டிலும் 'வயங்கு செந்நா', வலங்கு செந்நா என்று பாடம் வேறுபட்டிருப்பதைக் கண்ட மு.அ., அப் பாடலுக்கு உரையாசிரியர்கள் கூறும் பொருளின் துணைகொண்டும். செய்யுளோசை கொண்டும் 'வலங்கு செந்நா' தான் சரியான பாடம்

என்பதைத் தெளிவுறுத்தியுள்ளார். ஐயரவர்கள் அச்சிட்ட பழைய புறநானூற்று உரையில், ‘நின்னைப்பாடிய அசைகின்ற சிவந்த நாவானது, பின்னைப் பிறருடைய புகழைச் சென்று பாடாத வண்ணம்’ என்று காணப்பட்டது. ‘வயங்கு செந்நா’ என்பதன் பொருள் ‘பிரகாசிக்கின்ற சிவந்த நா’ என்பதாகும். உரையில் காணப்படுவது ‘அசைகின்ற சிவந்த நா’. எனவே, அச்சு மூலத்துக்கும் உரைக்கும் இங்கு முரண். ‘வலங்கு செந்நா’ என்றிருந்தது சந்தி நீக்கி, அலங்கு செந்நா என்று பார்த்தால் ‘அசைகின்ற சிவந்த நா’ என்று பொருள்படும். எனவே, இதுவே சரியான பாடம் (குமரியும் காசியும், ப.167.)என்று பொருள் அடிப்படையில் கண்டறிந்ததுடன் ‘நிற்பாடிய என்ற எதுகைக்குப் பிறரிசை’ என்பதைவிடப் பிற்பிறரிசை என்பதே பொருத்தமான எதுகை உடையதாய் இருப்பதாக ஓசை அடிப்படையிலும் பொருந்தியுள்ளதைச் சுட்டிக்காட்டி, தான் பார்த்த ஏட்டில் இருந்த பாடமே சரியான பாடம் என்பதை வையாபுரிப்பிள்ளையிடம் தக்க சான்றுகளுடன் தெரிவித்துள்ளார். கல்விப்புலம் தமிழாக இல்லாத நிலையிலும், பதிப்புப் பணியின் தொடக்க நாட்களிலேயே சுவடிகளை ஒப்பிட்டுச் சரியான பாடம் கண்டறிவதில் மு.அ. தேர்ச்சி பெற்றவராகத் திகழ்ந்துள்ளார்.

i) மு.அருணாசலனார் பதிப்பித்த நூல்கள்

ஒன்பது சிற்றிலக்கியங்கள், ஒரு இலக்கண நூல், இரண்டு சைவசித்தாந்த நூல்கள், ஒரு தலவரலாறு என்று மொத்தம் 13 நூல்களை மு. அ. பதிப்பித்துள்ளார்.

சிற்றிலக்கியங்கள்

முக்கூடற்பள்ளு (1940)
கூளப்ப நாயக்கன் காதல் (1943)
திருவானைக்கா உலா (1944)
அம்பிகாபதிக் கோவை (1944)
திருமலை முருகன் பள்ளு (1944)
சிதம்பரக் குறவஞ்சி (1949)
பொய்யாமொழியீசர் குறவஞ்சி (1980)
சேயூர் முருகன் உலா (1980)
முத்தானந்தர் ஞானக் குறவஞ்சி (1981)

இலக்கண நூல்

பிரபந்த மரபியல் (1976)

சைவசித்தாந்த நூல்கள்

திருக்களிற்றுப்படியார் மூலமும் பழைய அனுபூதி உரையும் (1962)

தத்துவப் பிரகாசம் (1965)

தலவரலாறு

வேங்கடேச மகத்துவம் (1983)

முக்கூடற்பள்ளு

'பள்ளு' இலக்கியம் என்றாலே இன்று வரை பலரறிந்ததும், கல்விச்சூழலில் பரவலாகப் பயிலப்பட்டு வருவதுமான 'முக்கூடற்பள்ளு' நூலை 1940இல் பதிப்பித்ததன் மூலம் தன் தனிப்பட்ட பதிப்புச் செயல்பாட்டை மு.அ. இவ்வாண்டில் தொடங்கியுள்ளார். ஏட்டிலிருந்து இந்நூலை முதன்முதலில் பதிப்பித்ததன் மூலம் இவருக்கு மட்டும் இது முதற்பதிப்பாக அமையாமல் முக்கூடற்பள்ளு நூலுக்கும் முதற்பதிப்பாக அமைந்துள்ளது. 'இவர் பதிப்பித்த முக்கூடற்பள்ளு' ஒரு நூலை எப்படிப் பதிப்பிக்க வேண்டும் என்பதற்கான கருவி நூலாகக் கருதலாம் என்கிறார் பேரா.வீ. அரசு.(ரோஜா முத்தையா காலாண்டிதழ், ஜனவரி 2012.)

முக்கூடற் பள்ளு நாடகம் 1886, 1894 முதலிய பல ஆண்டுகளில் அச்சிடப்பட்டிருக்கிறது. ஆனால், ஒவ்வொரு பதிப்பிலும் நூலைப் படிக்க இயலாதவாறு பிழைகள் மலிந்து காணப்படும். முக்கூடற்பள்ளு இதுவரை அச்சாகவில்லை என்று (முக்கூடற்பள்ளு, முன்னுரை, ப.1) தன்னுடைய பதிப்புக்கு முன்பு முக்கூடற்பள்ளு நாடகம் அச்சிடப்பட்டுள்ளதே தவிர முக்கூடற்பள்ளு இதுவரை அச்சிடப்படவில்லை என்பதைத் தம் முகவுரையில் மிக அழுத்தமாக மு.அ. பதிவு செய்துள்ளார். பள்ளு இலக்கியத்தின் வளர்ச்சி வரலாற்றை விரிவாகப் பேசும் பள்ளு இலக்கியம் என்ற நூலும் 'முக்கூடற்பள்ளு என்னும் இந்நூல் முதன் முதலாக 1940ஆம் ஆண்டு செப்டம்பர்த் திங்கள் 20ஆம் நாளன்று வெளியிடப்பெற்றது. இலக்கிய வரலாற்றுப் பேரறிஞராகவும் தமிழ் வடமொழி ஆராய்ச்சி நிறுவனத்தின் இயக்குநராகவும் தற்போது பணிபுரிந்து வரும் திரு. மு. அருணாசலம் இந்நூலின் பதிப்பர்(ந.வீ.செயராமன், பள்ளு இலக்கியம், ப.84.)என்றே குறிப்பிட்டுள்ளது.

வையாபுரிப் பிள்ளையின் உதவியாலேயே இந்நூல் பதிப்பிக்கப்பட்டுள்ளது என்பதை முன்னுரை வழியாக

அறியமுடிகிறது. பல ஏட்டுப்பிரதிகளைப் பெற்றுத் தந்தும் நூல் முழுவதையும் பரிசோதித்துத் தந்தும் இப்பதிப்புப்பணிக்கு வையாபுரிப்பிள்ளை உதவியுள்ளார். பல்வேறு ஏட்டுப்பிரதிகள் காகிதப்பிரதிகள் ஒப்புநோக்கப் பயன்படுத்தப்பட்டுள்ளன. இந்நூலில், பள்ளு பிரபந்தம் குறித்து வேறெங்கும் செய்திகள் தேடாதவாறு மொத்தத் தகவல்களும் சேகரிக்கப்பட்டுப் பள்ளு பிரபந்த வரலாறு எழுதப்பட்டுள்ளது. பள்ளு இலக்கியத்தின் இயல்பு 'எளிமை' என்பதால் அத்தகைய எளிமைத்தன்மை கொண்ட பாடல்கள் சங்க இலக்கியம் தொடங்கி வெவ்வேறு நூற்றாண்டுகளில் பெற்ற வளர்ச்சிநிலை விரிவாக விளக்கப்பட்டுள்ளதுடன் முக்கூடற்பள்ளு நூலைப் பற்றிய விரிவான நூலாராய்ச்சியும் மேற்கொள்ளப்பட்டுள்ளது. பள்ளு பிரபந்த வரலாறும், இந்நூலாராய்ச்சியுமே இப்பதிப்புக்கு வலுவான இடத்தைக் கொடுத்துள்ளது எனலாம்.

'புஸ்தகத்துக்குக் கொடுத்திருக்கிற முன்னுரை, பள்ளு பிரபந்தத்தைப் பற்றி எத்தனையோ விஷயங்களை மிச்சம் இல்லை என்று சொல்லும்படி விளக்குகிறது. 39 பக்கத்தில் 13 விஷயங்களை விளக்கியிருக்கிறது. முன்னுரையில் உள்ள விஷயங்கள் ரொம்பவும் சிரத்தை எடுத்துச் சேகரித்துத் தந்திருக்கிறார்கள் அருணாசலம் பிள்ளை அவர்கள், முக்கூடற்பள்ளு நூலைக் கையில் வைத்துக்கொண்டு பார்க்கும்போது சின்னஞ்சிறு அழகான புஸ்தகம். கைக்கே அலங்காரம். அச்சோ இதுவரை தமிழ்ப்பாடல் புஸ்தகம் இப்படி வந்ததில்லை என்று சொல்லும்படி அவ்வளவு அழகாய் அமைந்தது (டி.கே.சி., மதிப்புரை, முக்கூடற்பள்ளு ப.53.) என்று இந்நூலின் முன்னுரை குறித்தும் புறக்கட்டமைப்பு குறித்தும் கலைமகள் இதழில் டி.கே.சி. 'கவியும் கூத்தும்' என்ற தலைப்பில் மதிப்புரை எழுதியுள்ளார்.

கூளப்ப நாயக்கன் காதல்

சுப்ரதீபக் கவிராயர் எழுதிய 'கூளப்ப நாயக்கன் காதல்' என்னும் சிற்றிலக்கியத்தைச் சக்தி காரியாலயத்தின் வெளியீடாக 1943-இல் மு.அ. பதிப்பித்துள்ளார். பழந்தமிழ் இலக்கியங்களைப் பதிப்பிக்க வேண்டும் என்ற சக்தி காரியாலயத்தின் நோக்கம், மு.அ. பதிப்பித்த கூளப்ப நாயக்கன் காதல் பதிப்பைக் கொண்டே செயல்வடிவம் பெறத் தொடங்கியுள்ளது என்று அறியமுடிகிறது. திரு.வி.க.வின் அறுபதாண்டு நினைவு நாளில் அவருக்கு உரிமையுரை செய்யப்பெற்று இந்நூல் வெளியிடப்பட்டுள்ளது.

இந்நூலின் பதிப்புரையில், 'பழந்தமிழிலக்கியங்களை நம் மக்கள் விரும்பிப் பயில வேண்டும் என்ற நோக்கத்தோடு இந்நூலை முதலாவதாக வெளியிடுகிறோம். மு. அருணாசலம் அவர்கள் அரிய முன்னுரை குறிப்புரைகளோடு இந்நூலைப் பரிசோதித்துத் தந்திருக்கிறார்கள் என்று சக்தி காரியாலயத்தினர் குறிப்பிட்டுள்ளனர்.

களவு, கற்பு என்று வகுக்கப்பட்ட அகத்திணையியலில் களவொழுக்கத்தைச் சிறப்பித்துக் கூறும் இலக்கியங்கள் சங்ககாலம் முதற்கொண்டே தமிழ்ச்சூழலில் காண இயலுகிறது. அவ்வகையில் 17ஆம் நூற்றாண்டில் தோன்றிய புதுவகை பிரபந்தம் 'காதல்'. பிரபந்த இலக்கணம் கூறும் பாட்டியல் நூல்கள் எதுவும் இப்பிரபந்தத்தை விளக்கிச் சொல்லவில்லை. இக்காதற் பிரபந்த வகையில் முதலாவது தோன்றியதாகச் சுப்ரதீபக்கவிராயர் பாடிய கூளப்ப நாயக்கன் காதல் பிரபந்தத்தையே மு.அ. குறித்துள்ளார். மதுரையின் பழைய பாளையப்பட்டுக்காரரில் ஒருவரான நிலக்கோட்டையில் பாளையக்காரனாயிருந்த நாகம கூளப்ப நாயக்கன்மீது இப்பிரபந்தம் பாடப்பட்டுள்ளது. இந்நூலுள் வரும் அகச்சான்றைக் கொண்டும், சாசனமொன்றின் துணைகொண்டும் இந்நாயக்கனின் காலம் 1650-1730 என்று கணித்துக் கூறியுள்ளார். காதல் என்ற இப்பிரபந்தம் தோற்றம் பெறுவதற்கு உரிய சமூகக் காரணங்களை விளக்கியுள்ளார்..

திருவானைக்கா உலா

1940இல் மு.அ. பதிப்பித்த முக்கூடற்பள்ளு பதிப்பு, தேர்ந்த பதிப்பாசிரியர் என்கிற அடையாளத்தை இலக்கியச் சூழலில் ஏற்படுத்தி இருக்க வேண்டும். அதன் காரணமாகத்தான் சக்திகாரியாலயம் 1943இல் இவரைக் கொண்டு கூளப்ப நாயக்கன் காதலைப் பதிப்பித்து வெளியிட்டுள்ளது. இதன் தொடர்ச்சியாகச் செந்தமிழ்க் கழகத்தினர் 1944இல் இவரைக் கொண்டு பதிப்பித்து வெளியிட்ட நூல் திருவானைக்கா உலா.

கிடைக்காத பழந்தமிழ் நூல்களை நல்ல முறையில் அச்சிட்டு வெளியிட வேண்டும் என்பதைச் செந்தமிழ்க் கழகம் தனது முக்கிய நோக்கங்களில் ஒன்றாகக் கொண்டிருந்த காலப்பகுதியில் தனது நோக்கத்தை நிறைவேற்றும் பணியை மு.அ.வைக் கொண்டே தொடங்கியுள்ளது. செந்தமிழ்க் கழகத்தின் முக்கிய நோக்கங்களில் ஒன்று கிடைக்காத பழந்தமிழ் நூல்களை நல்ல முறையில் அச்சிட்டு வெளியிடுவது. 'திருவானைக்கா உலா' என்னும் இந்நூலை எங்கள்

கழகத்தின் முதல் நூலாக வெளியிடுகிறோம் என்று திருவானைக்கா உலா பதிப்புரை குறிப்பிடுகிறது.

1944இல் வெளிவந்த திருவானைக்கா உலா, சோழ நாட்டில் உள்ள திருவானைக்கா என்ற தலத்தில் கோயில் கொண்டு எழுந்தருளியிருக்கும் சிவபெருமான்மீது காளமேகப் புலவர் பாடிய சிறு பிரபந்தம். 1890இல் வெளிவந்த பழமையான அச்சுப்பிரதியை மட்டுமே கொண்டு அதைப் பரிசோதித்துக் குறிப்புரை, முன்னுரை, பொருளகராதி முதலியனவற்றோடு இந்நூலை மீள்பதிப்பு செய்துள்ளார்.

அம்பிகாபதிக் கோவை

தமிழ்க்கோவை நூல்களின் வரிசையில் மிகவும் பழமையான நூலாகவும் பாட்டுடைத் தலைவன் இன்றி பாடப்பட்ட ஒரே கோவை என்ற சிறப்பினைக் கொண்டதாகவும் அமைந்த அம்பிகாபதிக் கோவையை 1944-இல் மு.அ. பதிப்பித்துள்ளார். 1899-இல் முதன் முதலாக வெளியிடப்பட்டிருந்த அம்பிகாபதிக்கோவை நூலின் பழம்பதிப்பினை, வையாபுரிப்பிள்ளையின் இலக்கண விளக்கவுரை ஏட்டுடன் ஒப்புநோக்கி, பாடங்கள் திருத்தியும், பிழைகள் நீக்கியும், புதிதாகக் குறிப்புரை எழுதியும் இந்நூலை மு.அ. மீள்பதிப்பு செய்துள்ளார்.

வையாபுரிப்பிள்ளை, மு.சண்முகம்பிள்ளை போன்றோர் இப்பதிப்பிற்கு உதவியுள்ளனர். நூன்முகம் மூன்று பகுதிகளாகப் பிரிக்கப்பட்டு முதல்பகுதியில் தொல்காப்பியப் பொருளதிகாரத்தில் தொடங்கி அகப்பொருள் மரபு விளக்கப்பட்டுள்ளது. இரண்டாம் பகுதியில் கோவை நூலின் இலக்கணம், பண்டைக் கோவைகள், தலம் சம்பந்தமான கோவைகள், அரசர் மீதுள்ள கோவைகள், வள்ளல்கள் மீதுள்ள கோவைகள், ஒரு துறைக் கோவை, வருக்க கோவை, பிற வகைகள், கோவைக் கொத்து என்று கோவை பிரபந்தம் குறித்து நீண்ட ஆராய்ச்சி மேற்கொள்ளப்பட்டுள்ளது. மூன்றாம் பகுதியில் அம்பிகாபதிக் கோவையின் நூற்பெயர், அம்பிகாபதியைக் குறித்த தொடர்புடைய பல்வேறு செய்திகள், நூலின் காலம், மிகைச் செய்யுள், நூலாராய்ச்சி, அருஞ்சொற்கள் என்று அம்பிகாபதிக்கோவை விளக்கப்பட்டுள்ளது. நூலில் காணப்பட்ட 43 பழமொழிகள் தொகுக்கப்பட்டுப் பழமொழி அகராதி என்ற தலைப்பிட்டுப் பாடல் எண்ணுடன் இடம்பெற்றுள்ளது.

திருமலை முருகன் பள்ளு

தென்பாண்டி நாட்டிலுள்ள திருமலை என்ற தலத்தில் கோயில் கொண்டிருக்கும் முருகன்மீது பெரியவன் கவிராயர் பாடிய திருமலை முருகன் பள்ளு என்ற நூலை 1944இல் சக்தி காரியாலயத்தின் வழியாகப் பதிப்பித்திருக்கிறார். இப்பதிப்பிற்கு வையாபுரிப்பிள்ளை உதவியுள்ளதை முன்னுரை வழியாக அறிய முடிகிறது. மிகவும் பிழைபட்டிருந்த ஒரு காகிதப் பிரதியின் துணைகொண்டே இந்நூலை மு.அ. பதிப்பித்திருக்கிறார். தெளிவு பெறாமல் இருந்த இடங்களைத் தெளிவாக்க அவருக்கு வேறு பிரதிகள் கிடைக்கவில்லை. இந்நூல் பதிப்பிலும், பாடல்களின் வடிவத்தையும் பொருளையும் தெளிவாக்க வையாபுரிப்பிள்ளை உதவியுள்ளார்.

பள்ளுப்பாட்டின் வரலாற்றையும் அதையொட்டிய வேறு பல செய்திகளையும் 'முக்கூடற்பள்ளு' என்ற நூலின் முன்னுரையில் விரிவாகக் காணலாம் என்று அடிக்குறிப்பிட்டு, பள்ளுப்பாட்டு பற்றிய சுருக்கமான முன்னுரை மட்டுமே கொடுத்திருக்கிறார். நூற்பொருள், திருமலை வரலாறு, இத்தலம் தொடர்பான பிற நூல்கள், ஆசிரியர் வரலாறு, நூல் செய்யப்பட்ட காலம், நூலாராய்ச்சி ஆகியன முன்பகுதியில் கொடுக்கப்பட்டுள்ளன. இந்நூலின் பிற்பகுதியிலும் நூலில் இடம்பெற்றுள்ள பழமொழிகள் தொகுக்கப்பட்டுப் 'பழமொழி அகராதி' கொடுக்கப்பட்டுள்ளது.

சிதம்பரக் குறவஞ்சி

சிதம்பரக் குறவஞ்சி நூலை 1949-இல் தமிழ் நூலகம் வழியாகப் பதிப்பித்துள்ளார். சிதம்பரம் நடராஜப் பெருமானைப் பாட்டுடைத் தலைவராகக் கொண்டு அவர்மீது ஒரு பெண் காதல் கொண்டதாகவும், அவளுக்குக் குறத்தி குறி சொல்லியதாகவும் பாடப்பெற்ற சிறு பிரபந்தம். சிதைந்துபோன, முழுமையில்லாத ஒரு ஏட்டுப் பிரதியினைக் கொண்டு இந்நூலைப் பதிப்பித்துள்ளார். நூலின் தொடக்கப்பகுதி சிதைந்துபோனமையால் காப்பு, கடவுள் வணக்கம், அவையடக்கம் முதலிய பாடல்கள் கிடைக்கப்பெறாமல் 68 பாடல்களுடன் இந்நூல் பதிப்பிக்கப்பட்டுள்ளது. குறவஞ்சி பிரபந்தங்கள் தமிழில் அனேகம் உள. இவற்றின் வரிசையில் இந்நூலுக்கு உன்னதமான இடம் உண்டு என்று சொல்வதற்கு இல்லை. எனினும் பழமையான இப்பிரபந்தம் இறவாமல் காக்கும் நோக்கத்துடனேயே இப்போது இதை வெளியிடுகிறேன் என்று இந்நூல் பதிப்புக்கான காரணம் கூறுகின்ற மு.அ., நூல் சிறப்பின்மை

காரணமாகவே பிற பதிப்பு நூல்களுக்கு எழுதியது போலக் குறவஞ்சி பிரபந்த வரலாறோ, நூல் ஆராய்ச்சியோ, இந்நூல் பொருளோ எதுவும் இன்றி வெறும் மூலத்தை மட்டுமே குறிப்புரையுடன் பதிப்பித்துள்ளார்.

பொய்யாமொழியீசர் குறவஞ்சி

தமிழ்நாடு அரசின் அச்சில் வெளிவராத பழம் ஓலைச்சுவடிகளைப் புதுப்பிக்கும் திட்டத்தின் வழியாக இந்நூலை 1980இல் பதிப்பித்துள்ளார். இக்குறவஞ்சி நூல் சிறப்பான ஆராய்ச்சி உரையுடன் எழுதப்பட்டுள்ளது. குறவஞ்சி குறித்த ஒட்டுமொத்தத் தகவல் களஞ்சியமாக இவ்வாராய்ச்சி உரை திகழ்கிறது. சுருக்கமான ஆங்கில முன்னுரையினைத் தொடர்ந்து, பிரபந்தம் முதலாகப் பொருட்சுருக்கம் வரையிலான 37 தலைப்புகளில் 38 பக்கங்களில் விரிவான முன்னுரை தமிழில் இடம்பெற்றுள்ளது.

பொய்கைப்பாக்கம் என்னும் ஊரில் அமைந்துள்ள ஆலயத்தில் கோயில் கொண்டுள்ள சிவபெருமான் பொய்யாமொழியீசர் மீது பாடப்பட்ட பிரபந்தமே பொய்யாமொழியீசர் குறவஞ்சி. இவ்வாய்விற்குப் பயன்பட்ட நூல்கள் என்று 48 நூல்களின் பெயர்ப்பட்டியல் நூலின் பின்பகுதியில் கொடுக்கப்பட்டுள்ளது. பதிப்புநெறியில் ஒன்றான ஆராய்ச்சி உரைக்கு மு.அ.கொடுத்துள்ள முக்கியத்துவத்தை இந்நூல்களின் பட்டியல் காட்டுகிறது.

சேயூர் முருகன் உலா

பழம் ஓலைச் சுவடிகளைப் பதிப்பிக்கும் தமிழக அரசின் திட்டத்தின்கீழ் சேயூர் முருகன் உலாவை 1980இல் மு.அ. பதிப்பித்திருக்கிறார். சேறைக் கவிராசப் பிள்ளை எழுதிய இந்நூலை உ.வே. சாமிநாதையர் நூல் நிலையத்தார் கேட்டுக் கொண்டதற்காகவும் உ.வே.சா. ஆராய்ந்து குறித்திருந்த மூலக்காகிதப் பிரதியைக் கொண்டு பதிப்பிக்கும் வாய்ப்பு கிடைத்ததற்காகவும் இதுவரை சொல்லப்படாத சில புதிய ஆய்வுச்செய்திகளை இதனுள் சொல்ல முடிவதற்காகவும் பதிப்பித்திருக்கிறார். இப்பதிப்பில் ஈடுபடுவதற்கு முன்பே 1976இல் வெளியிட்ட 16ஆம் நூற்றாண்டு இலக்கிய வரலாறு 3ஆம் தொகுதியில், இந்நூல் அச்சாகவில்லை என்பதைச் சுட்டிக்காட்டியதுடன், உ.வே.சா. நூலகத்தில் இருந்த காகிதப் பிரதியைக் கொண்டு ஆராய்ந்து குறிப்புகளை எழுதியிருந்தார்.

ஐயரவர்களின் மூலக் காகிதப்பிரதி கொண்டு இவரால் பதிப்பிக்கப்பட்ட நூல் சேயூர்முருகன் உலா மட்டுமே. ஒப்புநோக்க வேறு பிரதி இன்றி இப்பிரதி மட்டுமே கொண்டு இந்நூல் பதிப்பிக்கப்பெற்றுள்ளது. நூலின் முன்பகுதியில் மு.அ.வின் ஆங்கில முன்னுரை இடம்பெற்றுள்ளது. தமிழக அரசு சார்பில் வெளியிடப்படும் பதிப்புகளில் ஆங்கில முன்னுரை தவறாமல் இடம்பெற்றிருப்பது குறிப்பிடத்தக்கது. உலாவின் தோற்றுவாய், உலாப்பிரபந்த இலக்கணம், சேயூர் முருகன் உலா ஆசிரியர் வரலாறு, காலம், நூல் பிரதி வரலாறு, சேயூர்த் தல வரலாறு, நூல் ஆராய்ச்சி, நூற்பொருள், இவ்வுலா குறிப்பிடும் வரலாறுகள் போன்ற செய்திகள் 75 பக்க அளவில் விரிந்த நிலையில் இடம்பெற்றுள்ளன. தல வரலாறு எழுதச் சேயூருக்குச் சென்று முக்கிய கோயில்களையெல்லாம் கண்டு தகவல் திரட்டியிருக்கிறார்.

முத்தானந்தர் ஞானக்குறவஞ்சி

தமிழ்நாடு அரசின் பழம் ஓலைச்சுவடிகளைப் பதிப்பிக்கும் திட்டத்தின்கீழ் 1981ஆம் ஆண்டு மு.அ.வால் பதிப்பிக்கப்பட்டது முத்தானந்தர் ஞானக் குறவஞ்சி. முத்தானந்தர் என்ற மாணாக்கன் சதாசிவகுரு என்ற தம்முடைய ஞான ஆசிரியரைத் தேடிக் கண்டு அவருடைய அருள் பெறுகிறான் என்ற செய்தியைக் குறவஞ்சி அமைப்பில் முற்றுருவகமாக விரித்துப் பாடும் இந்நூல் 144 பாடல்களைக் கொண்டுள்ளது.

வையாபுரிப்பிள்ளையிடமிருந்து ஓலைச்சுவடியை மு.அ. காகிதப்படி எடுத்து வைத்திருந்து, அக்காகிதப்படி கொண்டே இந்நூலை அச்சிட்டிருக்கிறார். ஆங்கில முன்னுரை, அதைத் தொடர்ந்த தமிழ் முன்னுரை இரண்டிலும் குறவஞ்சி வரலாறு குறித்தும் முத்தானந்தர் ஞானக் குறவஞ்சி நூற்பொருள் குறித்தும் எழுதியுள்ளார். இப்பகுதியைத் தொடர்ந்து 'ஆராய்ச்சிக் குறிப்புகள்' என்ற பகுதியில் நூலினுள் இடம்பெற்ற சிறப்பான செய்திகளைப் பாடல் எண்ணுடன் தொகுத்துக் கொடுத்திருக்கிறார். நூலின் அமைப்பையும் நடையையும் வைத்து இந்நூல் 18ஆம் நூற்றாண்டின் இடைப்பகுதியில் செய்யப்பெற்றிருக்கும் என்ற கருதுகோளை முன்வைத்துள்ளார்.

இலக்கணப்பதிப்பு

பிரபந்த மரபியல்

தமிழ் மற்றும் பன்மொழி ஆராய்ச்சி நிறுவனத்தின் இயக்குநராகப் பொறுப்பு வகித்துக்கொண்டிருந்த காலப்பகுதியில் பிரபந்தமரபியல் என்ற இவ்விலக்கண நூலை மு.அ. பதிப்பித்திருக்கிறார். 1976இல் அரசு தொன்னூல் சுவடி நிலையம் இப்பதிப்பை வெளியிட்டுள்ளது. இந்நூலின் பொதுப்பதிப்பாசிரியர் சி.ஆர். விட்டோபாபுவின் ஆங்கில முகவுரை, பதிப்பாசிரியரான மு.அ.வின் ஆங்கில முகவுரை, விரிவான தமிழ் முன்னுரையுடன் இந்நூல் பதிப்பிக்கப்பட்டுள்ளது.

பிரபந்தங்களின் இலக்கணத்தை வரையறை செய்வதற்கென்று எழுதப்பெற்ற நூற்பாவாலான ஒரு சிறு பாட்டியல் இலக்கண நூல்தான் பிரபந்த மரபியல். இந்நூலில் சிதைந்த பிரதி ஒன்று தொன்னூல் சுவடி நிலையத்தில் உள்ளது என்று 1932இல் குருகூர்ப் பள்ளு பதிப்பித்த வையாபுரிப்பிள்ளை அதன் முன்னுரையில் தெரிவித்திருந்தார். 1975இல் மு.அ. தான் வெளியிட்ட 16ஆம் நூற்றாண்டு இலக்கிய வரலாற்றிலும், மிகவும் பொடிந்துள்ள ஒரு ஏட்டைப் பார்த்து இந்நூலுக்கான குறிப்புகள் எழுதப்பட்டுள்ளதாகக் குறிப்பிட்டிருந்தார். இந்நூலின் பொதுப் பதிப்பாசிரியரும் இதன் காகிதப் பிரதி குறித்தும், இதைப் பதிப்பிக்க மு.அ எடுத்துக் கொண்ட சிரமங்கள் குறித்தும் பதிப்புரையில் குறிப்பிட்டு உள்ளார்.

தமிழ் இலக்கிய வரலாற்றில் இந்நூல் இருவகையில் முக்கியத்துவம் பெற்றுத் திகழ்வதாகக் குறிப்பிட்டுள்ளார். 96 வகை பிரபந்தங்கள் என்று வழங்கப்படுகின்ற மரபு, காலங் காலமாக நம் தமிழ் இலக்கியச் சூழலில் நிலவி வந்தாலும் முதலில் தோன்றிய பாட்டியல் நூல்கள் எவையும் இந்த 96 என்ற எண்ணைச் சுட்டவில்லை. 16ஆம் நூற்றாண்டுக்குரியது எனக் கருதத்தக்க பிரபந்த மரபியலே 96 என வரையறுத்துச் சொல்கிறது.

சைவ சித்தாந்த நூல்கள்

திருக்களிற்றுப்படியார் பழைய அனுபூதி உரை

சைவ சித்தாந்த சாத்திரங்களில் இரண்டாவதாக எண்ணப்பெறும் திருக்களிற்றுப்படியார் உரையை 1962இல் முதன் முதலாக மு.அ. பதிப்பித்துள்ளார். சென்னைப் பல்கலைக்கழகத்

தமிழ் ஆராய்ச்சித் துறையின் தலைவராக இருந்த அனவரத விநாயகம் பிள்ளையிடமிருந்து பெறப்பட்ட ஏட்டுச் சுவடியையும், ஓய்வு பெற்ற எக்ஸிக்யுடிவ் என்ஜினியர் ந.கணபதி பிள்ளை அவர்களிடமிருந்தும் பெறப்பட்ட ஏட்டுச்சுவடியையும் ஒப்பிட்டு இப்பதிப்பு வெளியிடப்பட்டது.

திருக்களிற்றுப்படியாருக்கு மூன்று உரைகள் அச்சாகியிருந்தும் காலத்தால் மிகவும் பழமையானதும் அனுபவத்தில் எழுந்த விளக்கமாகவும் அமைந்த இவ்வுரையை மு.அ.வே முதலில் பதிப்பித்திருக்கிறார். இந்நூல் பதிப்புக்கான நோக்கம் குறித்து, ‘அனுபூதிமான்களுக்கு அன்றி ஏனையோருக்கு இவர் கூறும் அனுபவ நிலைகள் விளங்குதல் அரிது. ஆயினும் மிகப் பழமையான இவ்வுரையைப் பாதுகாக்க வேண்டும் என்ற நோக்குடன் இப்போது இதனை வெளியிடுகின்றேன்’ என்று குறிப்பிட்டுள்ளார். நூல்கள் அழியாமல் பாதுகாக்கப்பட வேண்டும் என்பதே இவரது பதிப்புக் கொள்கையின் அடிப்படையாக அமைந்துள்ளது.

தத்துவப் பிரகாசம்

சித்தாந்த சாத்திரத்தை விரிவாகப்பேசும் இந்நூல் 337 விருத்தங்களுடன் 1965இல் மு.அ.வால் பதிப்பிக்கப்பட்டது. சரியை, கிரியை, யோகம் என்னும் மூன்று பாதங்களையும் விரித்துரைக்கும் தமிழின் முதல் மூலநூல் என்ற சிறப்பினையுடையது. மு.அ.வின் நூற்றாண்டு வரிசையில் தமிழ் இலக்கிய வரலாற்றுப் பணிக்கு வித்தாக அமைந்தது இந்நூலின் கால ஆராய்ச்சியே.

1942இல் செந்தமிழ்ப் பத்திரிகையில் ‘தத்துவப் பிரகாசர் காலம்’ என்கின்ற தலைப்பில் எழுதிய கட்டுரையே தொடர்ந்து கால ஆராய்ச்சியில் மு.அ.வை ஈடுபடுத்தியுள்ளது. அக்காலக் கட்டத்திலேயே இந்நூலைப் பதிப்பிக்க எண்ணியிருக்கிறார். இந்நூல் யாழ்ப்பாணம் வேலனை சைவப் பிரகாச வித்தியாசாலை அதிபதி வி. கந்தபிள்ளையவர்களால் 1893இல் முதன்முதலாகத் திருத்தமாகவே பதிக்கப்பட்டிருந்தது. எனினும் தன்னிடமிருந்த ஏட்டுப்பிரதியையும் இப்பதிப்பையும் ஒப்பிட்டுப் பரிசோதித்தபோது திருத்தமான இடங்கள் பலவாக இருந்ததால் மீள்பதிப்பாக 1965இல் பதிப்பித்திருக்கிறார். இவ்வோலைப் பிரதி சிதம்பரத்தையடுத்த விளாகம், காலஞ்சென்ற ந.கணபதிப்பிள்ளை (ஓய்வுபெற்ற எக்ஸிக்யூடிவ் என்ஜினியர்) அவர்களிடமிருந்து இருபத்தைந்து ஆண்டுகளுக்கு முன் கிடைத்தது. அன்று முதல் இதைப் பரிசோதித்து அச்சிட எண்ணியிருந்தும் அவ்வெண்ணம் இப்போது தான்

திருவருளால் கைகூடுகிறது என்று இந்நூல் முன்னுரையில் மு.அ. குறிப்பிட்டுள்ளார்.

இப்பதிப்புக்கான எண்ணம் 25 ஆண்டுகளுக்கு முன்பே தொடங்கியிருப்பினும் காந்தியச் செயல்பாடுகளுக்குள் தன்னை ஈடுபடுத்திக் கொண்ட காரணத்தினாலும் தொடர்ச்சியான பணியினிமித்தமும் அக்காலப் பகுதியில் இந்நூலைப் பதிப்பிக்க இயலவில்லை. சைவ சமய நூற்பரப்பை விரிந்த அளவு கற்றும் அதன் மரபை உள்வாங்கியும் இருந்த மு.அ., இந்நூலுக்கு விரிவான முகவுரை கொடுத்துள்ளார்.

மதுரை சிவப்பிரகாசர் உரையின் வாயிலாகவே தத்துவப் பிரகாசம் முதன் முதலாக அறியப்பட்டிருப்பதால் அவ்வுரையின் காலமான 1488 மேல் எல்லையாகவும் மூலநூல் எழுதிய உமாபதியின் காலமாகிய கி.பி. 1313 கீழ் எல்லையாகவும் கொண்டு தத்துவப் பிரகாசம் எழுதிய தத்துவப் பிரகாசரின் காலம் 1350-1375 என்று நிறுவியுள்ளார்.

தலபுராணம் – வேங்கடேச மகத்துவம்

திருப்பதியின் சிறப்பைக் கூறும் 667 பாடல்களைக் கொண்ட இந்நூல் ஏழு அத்தியாயங்களில் 19 படலங்களாக விரிந்து பேசப்பட்டள்ளது. கி.பி. 1866-ல் எழுதப்பட்ட இந்நூல் 1867இல் முதல் பதிப்பாக வெளிவந்துள்ளது. இந்நூலாசிரியர் மராத்திய மன்னன் சிவாஜி அரசவையில் இருந்துள்ளார் என்றும், பெரியண்ணா வேங்கடதாசர் போன்ற பெயர்களால் குறிக்கப்பெறுகிறார் என்றும் மு.அ. குறிப்பிட்டுள்ளார். சிதைந்து போன பதிப்பைக் கொண்டு இம்மீள்பதிப்பை இவர் கொண்டுவந்துள்ளார். திருப்பதி தேவஸ்தானம் பொருளுதவியதன் மூலம் இந்நூலைப் பதிப்பித்து வெளியிட்டுள்ளார். 1983-ல் வெளிவந்த இப்பதிப்பே மு.அ.வின் பதிப்பு நூல்களில் இறுதியானதாகக் கிடைக்கிறது. திருவேங்கடத்துக்குப் பழமையான தமிழ்ப் புராணம் இல்லை. எழுந்த இரு புராணங்களும் 19ஆம் நூற்றாண்டே. இவற்றுள் இந்த நூல் காலத்தால் முந்தியது. சைவ சமய நூல்களை அதிகளவில் எழுதியும், சாத்திர நூல்களைப் பதிப்பித்தும், சைவசமய இதழாசிரியராகப் பணிபுரிந்தும், சைவ சமயப் பற்றாளராகவே அறியப்பட்ட மு.அ. அதற்கு எதிர் நிலையான வைணவ சமயம் சார்ந்த தல வரலாற்றைப் பதிப்பித்துச் சமயக் காழ்ப்பில்லாதவராகத் தன்னை அடையாளப்படுத்திக் கொண்டுள்ளார்.

ii) **தேசிக விநாயகம் பிள்ளை நூல்களின் பதிப்புகள்**

(அன்பர் மு. அருணாசலம் எம்.ஏ., அவ்விதம் தமிழுக்காகவே உயிர் வாழ்கிறவர்களில் ஒருவர். இவர் புலவருக்குப் புலவர், ரசிகருக்கு ரசிகர், எழுத்தாளருக்கு எழுத்தாளர், பதிப்பாளருக்குப் பதிப்பாளர். கவிஞர் தேசிகவிநாயகம் பிள்ளையின் பாடிய வாய் தேனூறும் பாடல்களை நல்ல பதிப்பாகக் கொண்டு வந்தவர் இவர் தான் (கல்கி, இன்றைய தமிழ் வசனநடை நூலில் பி.ஸ்ரீ. எழுதிய பதிப்புரையிலிருந்து, ப.1.)

'தேசிக விநாயகம் பிள்ளை அவர்களைப் பற்றி இன்று எல்லோரும் பேசுவது நாகரிகமாகிவிட்டது. ஆனால் அவருடைய கவிதைத்தொகுதி வெளிவந்த காலத்தில் அவரைத் தெரிந்து கௌரவித்தவர்கள் மிகவும் அரியர். அவருடைய வாழ்க்கைக்குறிப்புகள் கிடைப்பதே மிக்க சிரமமாயிருந்தது அவர் தம்மை விளம்பரப்படுத்திக் கொள்பவர் அல்லர். இத்தொகுப்பில் கண்டுள்ள 'நாஞ்சில் நாட்டுக் கவிஞர்' என்ற கட்டுரை வெளிவந்த பிறகு தான் தமிழ் மக்கள் அவரைப் பற்றி அறிந்தார்கள் என்று நான் இப்போது பெருமையோடு சொல்லிக் கொள்ள முடியும்(குமரியும் காசியும்-ப.4) 1942இல் சக்தி இதழில் கவிமணியைக் குறித்து தான் எழுதிய கட்டுரையைப் பற்றி 'குமரியும் காசியும்' என்னும் கட்டுரைத்தொகுப்பு நூலின் முன்னுரையில் மு.அருணாசலனார் இப்படி பதிவு செய்திருக்கிறார். கவிமணி பற்றிய செய்திகளை முதலில் தேடித் தொகுத்து கட்டுரை எழுதியவர் என்கிற வகையில் மட்டுமல்ல கவிமணியின் கவிதைகளை முதலில் தொகுத்துப் பதிப்பித்தவர் என்கிற வகையிலும் கவிமணியின் வரலாற்றில் மு.அருணாசலம் முக்கிய இடம்பெறுகிறார். ஆனால் கவிமணியின் வரலாற்றை எழுதுபவர்களும் அவர் நூல்களை ஆய்வு செய்பவர்களும் ஓரிருவர் தவிர மு.அ.வின் பெயரை யாரும் எங்கும் குறிப்பிடுவதில்லை.1948இலேயே கவிமணி வரலாற்றை விரிவாக எழுதிய சதாசிவம் கூட மு.அ. பெயரைப் பதிவு செய்யவில்லை. காலப்போக்கில் கவிமணி தொடர்பில் மு.அ. அறவே அற்றுப்போய்விட்டார் எனலாம்.

1931 முதல் கிடைத்த ரசிகமணியின் தொடர்பும் 33- 34 காலகட்டத்தில் கிடைத்த வையாபுரிப்பிள்ளையின் தொடர்பும் அதன் பயனாக அவர் அப்பொழுது செய்து கொண்டிருந்த புறத்திரட்டுப் பதிப்புப்பணியில் தன்னை ஈடுபடுத்திக் கொண்டதுமாக மு.அ.

இருந்த சூழலில் இவ்விருவரின் வழியாக அவருக்கு அறிமுகமான கவிஞர்தான் நாஞ்சில் நாட்டுக் கவிஞர் கவிமணி தேசிக விநாயகம் பிள்ளை. வையாபுரிப்பிள்ளையிடமும் டி.கே.சி.யிடமும் அளவற்ற நம்பிக்கையும் அன்பும் நட்பும் கொண்டிருந்தவர் கவிமணி. இவ்விருவரோடு இணைந்து இலக்கியப் பணிகளில் இயங்கிக் கொண்டிருந்த மு.அ.வுக்குக் கவிமணியின் கவிதைகளில் ஈர்ப்பும் ஈடுபாடும் ஏற்பட்டது இயல்பானதே. அக்காலக்கட்டத்தில் கவிமணியின் கவிதைகள் கலைமகள், செந்தமிழ், குமரன், லஷ்மி, ஆனந்த விகடன், தினமணி, லோகோபகாரி, தமிழன், ஊழியன், தமிழ் நேசன் போன்ற பத்திரிகைகளில் வெளிவந்து கொண்டிருந்தன. நூலாக எதுவும் வெளிவரவில்லை. கவிமணியின் கவிதைகள் மீதிருந்த மு.அ.வின் ஈடுபாடு அக்கவிதைகளைத் தொகுத்து நூலாக வெளியிடும் அளவுக்கு ஆர்வத்தைக் கிளர்த்தியுள்ளது.

மலரும் மாலையும் கவிதைப் பதிப்பு

'1938 ஆம் வருஷம் தமிழ் இலக்கிய சரித்திரத்திலே ஒரு முக்கியமான வருஷம். அவ்வருஷத்திலே தான் தேசிகவிநாயகம் பிள்ளை அவர்களின் கவிதைத்தொகுதி முதன்முதல் புத்தக வடிவில் வெளியாயிற்று. 'சில நண்பர்களும் நானும் பிள்ளையவர்களுடைய கவிதைகளான கருணைக்கடல், மகனிழந்த தாய் முதலான பாடல்களைப் படித்துப் படித்து இன்புற்றதுண்டு. இப்பாடல்கள் சில பத்திரிகைகளில் வெளிவந்திருந்தனவே அன்றிப் புத்தகமாக வெளியானதில்லை. ஒருவருமே தேசிக விநாயகம் பிள்ளை அவர்களுடைய பாடல்களை அதுகாறும் வெளியிட முயற்சியெடுக்கவில்லை என்பதறிந்து இவ்வளவு நல்ல பாடல்களை நாமே தொகுத்து நமக்குப் பயன்படுமாறு வெளியிட்டுக் கொண்டால் என்ன என்ற எண்ணம் எங்களுக்கு உண்டாயிற்று. பிறகு மிகவும் முயன்று பாடல்களை எல்லாம் தொகுத்து அச்சிட்டு நூலுக்கு 'மலரும் மாலையும்' என்று பெயர் கொடுத்தோம். (குமரியும் காசியும். - ப.104) என்று மு.அ.வே பதிவு செய்துள்ளார்.

18.01.1938 ஆம் நாள் '2, சாம்பசிவம் தெரு, தியாகராய நகர்.' என்கிற முகவரியிலிருந்து டி.கே.சி. தொ.மு.பாஸ்கரத் தொண்டைமானுக்கு எழுதிய கடிதத்தில், 'தேசிக விநாயகம் பிள்ளை அவர்கள் பாடல்கள் அடங்கிய புத்தகத்தை இத்துடன் அனுப்பி இருக்கிறேன். அது நல்ல முறையில் அச்சிட்டு அழகு பெற கட்டிடம் அமைந்திருப்பதால் தங்களுக்கு மிக்க உவகையைக் கொடுக்கும். இதெல்லாம் செய்தது அடுத்த வீட்டு நண்பர் அருணாசலம்பிள்ளை

அவர்கள் (ரசிகமணி டி.கே.சி. கடிதங்கள்-ப.36) என்று குறிப்பிட்டுள்ளார்.

புதுமைப்பதிப்பகம்

1940 வரை கவிமணியை நேரில் பார்த்தறியாத மு.அ., கடிதம் மூலம் மட்டுமே கவிமணியைத் தொடர்பு கொண்டு பேசியிருக்கிறார். கடிதம் வழியாகவே பதிப்பு குறித்த உரையாடல்களும் நிகழ்ந்துள்ளன. சில கவிதைகளைக் கடிதம் வழியாகவே பெற்று அவற்றைத் தொகுத்திருக்கிறார். தன் நண்பர்களோடு இணைந்து அவர் கவிதைகளைப் பதிப்பிப்பதற்கென்றே புதுமைப்பதிப்பகம் (Renaisance Society for Publish) என்கிற பெயரில் பதிப்பகம் ஒன்றைத் தொடங்கியுள்ளார். 1938ஆம் ஆண்டில் டி.கே.சி துணையுடனும் வையாபுரிப்பிள்ளையின் துணையுடனும் 'மலரும் மாலையும்' என்ற நூலாக அப்பதிப்பகம் வழியே வெளிக் கொண்டுவந்தார். ஆனால் அந்நூல் மு.அ.வின் முயற்சியால் வெளிவந்தது அல்லது பதிப்பிக்கப்பட்டது என்பதற்கான எந்தக் குறிப்பும் அந்நூலில் இடம்பெறவில்லை. யாருடைய பெயரும் அந்நூலில் இடம்பெறவில்லை.1941இல் மேலும் சில கவிதைகளை இணைத்து இரண்டாம் பதிப்பையும் கொண்டு வந்துள்ளார். அதிலும் மு.அ.வின் பெயர் இல்லை. 'புதுமைப் பதிப்பகம், 3, சாம்பசிவம் தெரு, தி. நகர்' என்ற பதிப்பக முகவரி மட்டுமே நூலின் முன்பக்கத்தில் அமைந்துள்ளது. இது மு.அ.வின் வீட்டு முகவரி. கவிமணியின் நூல்களைத் தற்காலத்தில் ஆய்வு செய்வோருக்கு மு.அ.வின் பதிப்புச்செயல்பாட்டை அறிவதற்கு இந்த அகச்சான்றைத் தவிர நேரடியான பிற அகச்சான்றுகளை அந்நூல்களில் காண இயலாது. கவிமணி வரலாற்றில் மு.அ. பெயர் இடம்பெறாமைக்கு இதுவும் ஒரு பெருங்காரணம்.

கடித உரையாடல்

அகச்சான்றுகள் இல்லாதிருப்பினும் கவிமணிக்கும் மு.அ.வுக்கும் இடையே நடைபெற்ற கடித உரையாடல் வழியே இப்பதிப்புப் பின்புலத்தில் மு.அ.வின் தொடர்ச்சியான செயல்பாட்டை அறிந்து கொள்ள உதவுகிறது. 14.2.1938இல் கவிமணி மு.அ.வுக்கு 'செயலாளர், புதுமைப்பதிப்பகம், சென்னை' என்ற முகவரியிட்டு எழுதியுள்ள கடிதத்தில், 'என்னுடைய கவிதைகளைத் தொகுக்கவும் வெளியிடவும் உங்களுக்கு முழு அனுமதி அளிக்கிறேன்.' என்று குறிப்பிட்டுள்ளார். சில நண்பர்களோடு இணைந்து இப்பதிப்பகத்தை மு.அ.

தொடங்கியிருப்பினும் அதன் செயலாளராக மு.அ.வே திகழ்ந்துள்ளார் என்பதை அறிய இயலுகிறது.

தனிப்பாடல்களும், தொடர்ச்சியாக எழுதப்பட்ட நீண்ட பாடல்களும் கலந்த தொகுப்பாக அமைந்ததால்தான், இந்நூலுக்கு மலரும் மாலையும் என்று பெயரிட்டுக் கவிமணியிடம் அனுமதி வாங்கியதாகவும், 'சில வருடங்களுக்கு முன்னே தேசிக விநயாகம் பிள்ளையவர்களுடைய பாடல்களைத் தொகுத்து மலரும் மாலையும் என்ற பெயரோடு வெளியிட்டோம். அப்போது புத்தகத்தில் உரிமையுரையொன்று இருக்க வேண்டுமென்று கருதி அவர்களுக்கு எழுதினேன். சில தினங்களில் அவர்களிடமிருந்து உரிமையுரை வந்தது எப்படிப்பட்ட உரிமையுரை? யாருக்குப் புத்தகத்தை உரிமையாக்கி இருந்தார்கள்?

'செந்தமிழ்நாட்டுச்
சிறுவர் சிறுமியர்க்கு
இந்த நூல் உரியதாய்
என்றும் வாழ்கவே'   -சி.தேசிக விநாயகன்

என்பது அந்த உரிமையுரை. இதை அப்படியே அவர்கள் கையெழுத்தோடு படமெடுத்துப் புத்தகத்தின் முதல் இரண்டாம் பதிப்புகளில் போட்டிருக்க காணலாம்' என்று புத்தகமும் வித்தகமும் நூலில் குறிப்பிட்டுள்ளார்.

மலரும் மாலையும் நூலில் சில பக்கங்களுக்கு அடியில் குறிப்புரைகள் இடம்பெற்றுள்ளன. இக்குறிப்புகளை எழுதியவரும் பதிப்பாசிரியரான மு.அ.வே. என்பதை அவரே தன் கட்டுரையொன்றில் குறிப்பிட்டுள்ளார். 'பிள்ளையவர்களுடைய பாடல்களில் சில ஆங்கிலத்தைத் தழுவியவை. குருட்டுப் பையன், முதல் துயரம் முதலியன உதாரணங்கள். நான் அவர்களைக் கேட்காமலேயே அவர்கள் எழுதிய 'ஆறு' என்ற பாடல் 'குட்ரிச்' என்ற ஆங்கிலப் புலவர் எழுதிய பாடலைத் தழுவியது என்று கவிதைத் தொகுதி இரண்டாம் பதிப்பில் குறிப்பிட்டிருந்தேன்" (குமரியும் காசியும், ப.116) என்கிறார்.

மலரும் மாலையும் நூலின் இரண்டாவது பதிப்பு 1941இல் வெளிவருவதற்கு முன்பு 1940இல் கவிமணி மு.அ.வுக்கு எழுதியுள்ள கடிதத்தில், 'மலரும் மாலையும் இரண்டாம் பதிப்பு வெளியிடப்போவதை அறிந்து மகிழ்ச்சியடைகிறேன். புத்தகத்தை இன்னும் ஒரு முறை படித்துப் பார்த்து ஏதேனும் திருத்தங்கள்

செய்ய வேண்டியதுண்டானால் எழுதியனுப்புகிறேன். 'இரண்டாம் பதிப்பில் சேர்க்க வேண்டிய புதிய பாடல்களின் விவரம் என்று சில பாடல்களின் பெயர்களைக் குறிப்பிட்டுள்ளார். அவ்விரண்டாம் பதிப்பில் சேர்க்க வேண்டிய பாடல்களாக ஏழு பாடல்களும், அவை இடம்பெற்ற இதழ்களின் விவரமும் கடிதத்தின் மூலம் மு.அ.வுக்கே கவிமணி அனுப்பியுள்ளார். அவ்விவரங்களின் அடிப்படையில் இப்புதிய பாடல்கள் சேர்க்கப்பட்டு இரண்டாம் பதிப்பு பதிப்பிக்கப்பட்டுள்ளது.

ஆசியஜோதி

'மலரும் மாலையும்' என்ற கவிதைத் தொகுதி மட்டுமல்லாது 'ஆசியஜோதி'யும் மு.அ.வாலேயே பதிப்பிக்கப்பட்டுள்ளது. 'மலரும் மாலையும்' கவிதைத் தொகுதியில் இடம்பெற்றிருந்த இரண்டு நிகழ்ச்சிகளும் 1939ஆம் ஆண்டு ஆனந்த விகடன், தீபாவளி மலர், 1941ஆம் ஆண்டு கலைமகள் பொங்கல் மலரில் வெளிவந்த இரண்டு நிகழ்ச்சிகளுமாக மொத்தம் நான்கு நிகழ்ச்சிகள் இணைக்கப்பட்டு 'ஆசிய ஜோதி' பதிப்பிக்கப்பட்டுள்ளது. இதுவும் புதுமைப்பதிப்பக வெளியீடாக அவர் வீட்டு முகவரியுடன் 1941ஆம் ஆண்டு பதிப்பித்து வெளியிடப்பட்டுள்ளது. இந்நூலிலும் இதனைப் பதிப்பித்தவர் மு.அ. என்பதற்கு எந்தக் குறிப்புகளும் இடம்பெறவில்லை. 1940, 1943 ஆகிய இரு ஆண்டுகளில் மு.அ. கவிமணியைப் புத்தேரிக்குச் சென்று சந்தித்திருக்கிறார். குமரி முதல் காசி வரை தான் சந்தித்த ஆளுமைகளைப் பற்றிய கட்டுரைத் தொகுப்பு என்பதால் தான் தன் நூலுக்கு குமரியும் காசியும் என்று பெயர் வைத்திருக்கிறார். குமரியில் மு.அ. சந்தித்த ஆளுமை கவிமணியே என்பது குறிப்பிடத்தக்கது. அவரைச் சந்தித்த அனுபவத்தைப் பற்றி எழுதும்போது 'ஆசிய ஜோதியில் அப்போது நினைவிலிருந்து சில வரிகளை நான் சொன்னேன். பெருங்கருணைப் புனித வள்ளல், அருளுருவாம் ஐயன், அருள் மாரி பொழியும் ஐயன், கருணை வள்ளல், தாய் போலும் தயவுடைய தருமமூர்த்தி என்றெல்லாம் அவர்கள் புத்தரை அடைமொழிகளால் தம் பாடல்களில் குறிப்பிட்டிருக்கிறார்களேயன்றி புத்தரைப் பெயரால் குறிப்பிட்டது மிகவும் அருமை. அச்சமயம் நான் அவர்களுடைய பாடல் தொகுதியை அச்சிட்டிருந்தேனாதலால் இந்த நயத்தை ஞாபகத்திலிருந்து எடுத்துக் கூறினேன்" (குமரியும் காசியும்,ப.115) என்று ஆசிய ஜோதியின் பதிப்புப் பணியைக் குறித்துக் குறிப்பிட்டுள்ளார். ஆசியஜோதி நூல் புதுமைப்பதிப்பகத்தின் மூன்றாவது வெளியீடாகப் பதிப்பிக்கப்பட்டுள்ளது.

மருமக்கள் வழி மான்மியம்

'நாஞ்சில் நாட்டு மருமக்கள்வழி மான்மியம்' என்ற கவிமணியின் நூலும் பதிப்பிக்கப்படுவதற்கு மு.அ. காரணமாக இருந்துள்ளார். திருவனந்தபுரத்திலிருந்து வெளிவந்த தமிழன் என்ற பத்திரிகையில் 1917 மார்ச் தொடங்கி 1918 பிப்ரவரி வரை பகுதி பகுதியாக இந்நூல் வெளிவந்து கொண்டிருந்தது. 1942இல் புதுமைப் பதிப்பகத்தின் ஒன்பதாவது வெளியீடாக இந்நூல் வெளியிடப்பட்டுள்ளது. ஆனால், 'புதுமைப்பதிப்பகம், காரைக்குடி' என்ற முகவரியுடன் வெளிவந்துள்ளது. இப்புதுமைப் பதிப்பகம் இக்காலகட்டம் முதல் காரைக்குடி அ.லெ.நடராஜன் அவர்கள் பொறுப்பில் செயல்படத் தொடங்கியது. இதற்கு வெளிப்படையான காரணம் அறிய முடியவில்லை, ஆனால் இந்நூலின் பதிப்புச் செயல்பாட்டிலும் மு.அ.வின் பங்களிப்பு இருந்துள்ளதைச் சில பதிவுகள் வழி அறிய முடிகிறது. மு.அ. வீட்டில் தட்டச்சுப்பிரதியாகக் கிடைக்கப் பெற்ற தேசிக விநாயகம் பிள்ளையைப் பற்றி மு.அ. எழுதியிருந்த ஆங்கிலக் கட்டுரையொன்றில், '1940இல் அவருடைய சொந்த ஊரில் அவரைச் சந்தித்து விட்டு விடைபெறும் வேளையில், நாஞ்சில் நாட்டு மருமக்கள் வழி மான்மியம் நூலின் கைப்பிரதியைக் கொடுத்து அது எழுதப்பட்டதற்கான கதையின் பின்புலத்தைக் கூறினார். சென்னைக்கு எடுத்து வந்து அப்பிரதிகளைப் பார்த்த போது அதில் சில பகுதிகள் விடுபட்டிருப்பதை அறிந்து அவற்றை அனுப்பிவைக்கும்படி கடிதம் எழுதினேன். அவரும் தாமதப்படுத்தாமல் அனுப்பி வைத்தார். 1942 இல் அந்நூல் பதிப்பிக்கப்பட்டது என்று குறிப்பிட்டுள்ளார்.

01.01.1942ல் கவிமணி மு.அ.வுக்கு எழுதியிருந்த கடிதத்தில் 'தங்கள் கடிதமும் மான்மியத்தின் புரூபும் வந்து சேர்ந்தன மான்மியம் பூராவும் தங்களிடம் இருக்கிறதா? தங்களிடமுள்ள பிரதியில் சில படலங்கள் இல்லை என்பதாக நண்பர் ராவ் சாஹிபு வையாபுரிப்பிள்ளை அவர்கள் என்னிடம் சொல்லியிருப்பதுண்டு. மான்மியம் சில வருடங்களுக்கு முன் திருவனந்தபுரம் 'தமிழன்' பத்திரிகையில் வெளிவந்துள்ளது. இப்பத்திரிகையின் பிரதிகள் எல்லாம் ஒன்றாகக் கட்டின புத்தகம் ஒன்று திருவனந்தபுரம் மாதர் கலாசாலையில் இருக்கிறது. அதை நணபர் ராவ்சாஹிபு அவர்கள் மூலம் இரவலாகப் பெற்றுக் கொள்ளலாம். என் கைவசம் ஒரு பிரதியும் இல்லை. புரூபும் குறிப்புரையும் அனுப்பியிருக்கிறேன் குறிப்புரையைப் படித்துப் பார்த்து ஏதேனும் திருத்தங்கள் செய்ய

வேண்டுமானால் செய்து கொள்ளுங்கள்' என்று தெரிவித்திருக்கிறார்.

இவ்வுரையாடல்களுக்கான கடித ஆதாரங்கள் காணக் கிடைக்கின்றன. தமிழ்ச் சமூகம் அறியாதிருந்த கவிமணியின் வாழ்க்கை வரலாற்றுச் செய்திகளைத் திரட்டி இதழ்களில் முதன் முதலாக கட்டுரையாக எழுதியிருப்பதுடன் மலரும் மாலையும், ஆசிய ஜோதி, நாஞ்சில் நாட்டு மருமக்கள் வழி மான்மியம் என்று கவிமணியை அடையாளப்படுத்தும் மூன்று முக்கிய நூல்களின் பதிப்புப் பின்புலத்தில் மு.அ. முக்கிய இடம்பெறுகிறார்

iii) பிற பதிப்புகள்

இதழ்கள், மலர்கள், நூலின் அனுபந்தங்கள், இலக்கிய வரலாற்று நூல்களில் வெளியிட்ட பதிப்புகள்

முழுமையான நூல் பதிப்புகள் மட்டுமல்லாமல், நூலின் ஒரு சில பாடல்களே கிடைப்பினும் அவற்றையும் இதழ்கள், ஆண்டு மலர்கள், தான் பதிப்பிக்கும் நூலின் அனுபந்தங்கள், இலக்கிய வரலாற்று நூல்கள் ஆகியவற்றின் வழியாகப் பதிப்பித்து, அதுவரை அறியப்படாதிருந்த இலக்கியங்களை அடையாளம் காட்டியிருக்கிறார்.

திருஈங்கோய்மலை எழுபது

ஈங்கோய்மலை என்ற பாடல் பெற்ற தலத்தின் புகழ் கூறும் எழுபது வெண்பாக்கள் கொண்ட நூல் திரு ஈங்கோய்மலை எழுபது. எழுபது பாடல்கள் கொண்ட அமைப்பில் பாடுவது ஓர் இலக்கிய மரபு. நக்கீர தேவ நாயனாரால் பாடப்பட்ட இத்திரு ஈங்கோய்மலை எழுபது, பதினோராம் திருமுறையில் ஒன்றாகத் தொகுக்கப்பட்டுள்ளது.

எழுபது பாடல்கள் கொண்ட இந்நூலில் 35 பாடல்களே கிடைத்திருந்தன. 48ஆம் பாடல் தொடங்கி 62ஆம் பாடல் வரையில் எந்தப் பிரதிகளிலும் காணப்பெறவில்லை. இந்நூலைப் பதிப்பித்திருந்த சுப்பராயச் செட்டியார், ஆறுமுக நாவலர், காசி மடத்தினர் அனைவருமே தத்தம் பதிப்புகளில் இப்பாடல்கள் கிடைக்கப்பெறவில்லை என்றே குறிப்பிட்டு எஞ்சிய பாடல்களையே பதிப்பித்திருந்தனர். கிடைக்கப் பெறாதிருந்த இப்பாடல்களைச் செப்பறை மடத்து ஏடு ஒன்றில் கண்ட மு.அ., 1942ஆம் ஆண்டில் திரு.வி. உலகநாத முதலியார் மணிவிழா மலரில் வெளியிட்டார்.

இப்பாடல்கள் வெளிவந்த பின்பு இவற்றையும் சேர்த்து 1962ஆம் ஆண்டில் பாலூர் கண்ணப்ப முதலியாரும், 1963ஆம் ஆண்டு காசி மடத்தினர் தமது இரண்டாம் பதிப்பிலும் சேர்த்து எழுபது பாடல்களாக வெளியிட்டனர்.

பள்ளு நூல்கள்

தன் முதல் பதிப்பாக முக்கூடற்பள்ளு நூலைப் பதிப்பித்த மு.அ., பள்ளு இலக்கியம் குறித்துத் தொடர் ஆராய்ச்சியில் ஈடுபட்டு, பள்ளு நூல்களின் ஆய்வு வரலாற்றையும் பள்ளு நூல்களின் வகைகளையும் முக்கூடற்பள்ளு பதிப்பில் விளக்கியுள்ளார். முழுமையான சுவடியாக அன்றிச் சில பாடல்கள் மட்டுமே கிடைத்திருந்த பள்ளு இலக்கியங்களையும் ஏட்டுப் பிரதிகளிலிருந்து அச்சாக்கம் செய்து பின்னிணைப்பாகக் கொடுத்துள்ளார். இறந்துபோன நூல் என்று கருதப்பட்டாலும் கிடைக்கும் சில பாடல்கள் தமிழ் இலக்கியப் பரப்பின் குறிப்பிட்ட காலப்போக்கைத் தீர்மானிக்கவும், சமூக இயங்கு முறைகளை அறியவும், தரவாக அமையும் என்னும் வகையில் அப்பாடல்களைப் பள்ளு நூல்களின் பின்னிணைப்பில் பதிப்பித்துள்ளார்.

22 பாடல்கள் மட்டுமே கிடைக்கப்பெற்ற திருக்கோட்டியூர் பள்ளு, 13 பாடல்கள் மட்டுமே கிடைக்கப்பெற்ற மன்னார் மோகனப்பள்ளு, 10 பாடல்கள் மட்டுமே உள்ள திருநீலகண்டன் பள்ளு ஆகியவற்றை 'முக்கூடற்பள்ளு' இரண்டாம் பதிப்பில் பின்னிணைப்பாகப் பதிப்பித்துள்ளார்.

தசக்கிரமக்கட்டளையும் பிரசாதவிதியும்

பதி, பசு, ஆணவம், கன்மம், மாயை என்ற மெய்பொருள் ஐந்தின் தசக்கிரமக்கட்டளை என்ற சிறுவசன நூலை, சித்தாந்தம் இதழில் 1940ஆம் ஆண்டு 13ஆம் தொகுதியில் மு.அ. பதிப்பித்துள்ளார். சாத்திரங்களிலிருந்து மேற்கோளை எடுத்துக்கூறும் இந்நூல் 17ஆம் நூற்றாண்டு என்றும் குறிப்பிடப்பட்டுள்ளது.

மு.அ. வாயிலாக அறியப்பட்டு வெளிவந்த பதிப்புகள்

திருநெறிவிளக்கம்

1940இல் சிவப்பிரகாச உரையை வெளியிடும் பொறுப்பை மு.அ. மேற்கொண்டிருந்தபோது, நூலின் அனுபந்தத்தில், இவ்வுரை

மூலம் தெரியப்பெற்ற திருநெறி விளக்கம் நூலைப் பற்றி குறிப்பிட்டிருந்தார். மேலும், 1941இல் தருமபுரம் ஞான சம்பந்தம் பத்திரிகையில், இவ்வுரை மூலம் தெரியவந்த ஆறுபாடல்களை விளக்கி இத்தகைய அரிய நூல் கிடைக்கச் சைவ மக்கள் முயல வேண்டும் என்றும் எழுதி இருந்தார். இந்த ஆறு பாடல்களை அச்சேற்றியதன் மூலம் இந்நூல் குறித்து அறிந்த தி.கி. நாராயணசாமி நாயுடு அவர்கள், இந்நூலை முயன்று தேடித் தஞ்சை சரஸ்வதி மகால் நூல் நிலையத்தில் ஏடு பார்த்துப் பிரதி செய்வித்துப் பின் சித்தாந்த இதழ்களில் 1959இல் வெளியிட்டார். பின்னர், 1963இல் தஞ்சை சரஸ்வதி மகால், இராமக் கோவிந்தசாமி பிள்ளை உரையுடன் இந்நூலை வெளியிட்டது.

திருவானைக்காப்புராணம்

16ஆம் நூற்றாண்டு இலக்கிய வரலாற்றில் கமலைஞானப் பிரகாசர் குறித்து விளக்குகின்றபோது அவரால் எழுதப்பட்டதாக இரண்டு புராணங்களின் பெயர்களைச் சுட்டியுள்ளார். ஒன்று முன்பே பதிப்பிக்கப்பட்டிருந்த மழபாடிப் புராணம், மற்றொன்று அச்சாகாமல் ஏட்டுச் சுவடியாகவே இருந்த திருவானைக்காப் புராணம். பதிப்பிக்கப்படாத நிலையிலும் சுவடிகளைக் கொண்டு ஆராய்ந்தே, இப்புராணத்தைக் குறித்துத் தகவல்களை இலக்கிய வரலாற்றில் மு.அ. விளக்கி எழுதியிருந்தார். ‘திருவான்மியூர் டாக்டர் சாமிநாதையர் நூல் நிலையத்தில் தந்திவனப்புராணம் என்ற பெயரில் ஒரு சுவடி இருப்பது தெரிந்தது (எண் 621) அச்சுவடி திருவானைக்காப் புராணமே. பின்வரும் குறிப்புகள் அதிலிருந்து தரப்படுகின்றன. (தந்தி - யானை வனம்-கா ஆனைக்கா)’ என்று இலக்கிய வரலாற்று நூலில் இவர் குறிப்பிட்டிருந்த இந்தத் தரவுகளை அடிப்படையாகக் கொண்டே பின்னாளில் இந்நூல் பதிப்பிக்கப்பட்டுள்ளது. 1981இல் சென்னை உலகத் தமிழாராய்ச்சி நிறுவனத்தினர், இத்தகவல்களின் அடிப்படையில் உ.வே.சா. நூல் நிலையத்திலிருந்து இச்சுவடிகளைப் பெற்றுப் பதிப்பித்துள்ளனர்.

பெருஞ்சொல்லகராதி பதிப்புப்பணி

சென்னைப் பல்கலைக்கழகம் தமிழ்ப் பேரகராதியை(1924-1939) ஏழு தொகுதிகளாக வெளியிட்டு 44 ஆண்டுகள் கழிந்த நிலையில், தமிழ் மொழி பெற்ற வளர்ச்சியாலும் புதுக் கலைச் சொற்களின் வருகையாலும், அறிவியல் துறையில் தோன்றியுள்ள புதிய சொற்களை உள்ளடக்கிய புதிய அகராதியை உருவாக்க வேண்டும் என்று தமிழ்ப் பல்கலைக்கழகம் முடிவெடுத்தது. அதை

நிறைவேற்றும் வகையில் 1983இல் பெருஞ்சொல்லகராதி திட்டத்தைத் தொடங்கியது. இத்திட்டத்தின் முதன்மைப் பதிப்பாசிரியராக 19.08.1983இல் திரு. மு. அருணாசலம் நியமிக்கப்பட்டுள்ளார். ஆனால், இப்பெருஞ்சொல்லகராதித் திட்டம் முடியும் வரை மு.அ. இப்பணியில் தொடரவில்லை. அகராதிப்பணி முடிவடைவதற்கு முன்பே பணியிலிருந்து விலகியுள்ளார். மு.அ.வுக்குப் பின் தா.வே. வீராசாமி முதன்மைப் பதிப்பாசிரியர் பொறுப்பேற்று இப்பெருஞ்சொல்லகராதிப் பணியை 1988ல் நிறைவு செய்து வெளிகொணர்ந்துள்ளார். ஆனால், 5 ஆண்டுகள் நடைபெற்ற இப்பதிப்புப் பணியில் 3 ஆண்டுகள் மு.அ.வே முதன்மைப் பதிப்பாசிரியராக இருந்துள்ளார் என்பது குறிப்பிடத்தக்கது.

உலகத்தமிழ் மாநாட்டு ஆய்வுக்கோவை பதிப்பாசிரியர்

1981இல் ஐந்தாம் உலகத்தமிழ் மாநாடு மதுரையில் நடைபெற்றபோது, அம்மாநாட்டுக் கருத்தரங்க ஆய்வுக் கட்டுரைகளைப் பதிப்பிக்கும் பொறுப்பு மு.அ.வுக்கு வழங்கப்பட்டிருந்தது. இம்மாநாட்டில் 40 நாடுகளிலிருந்து 800 பேராளர்கள் கலந்துகொண்டனர். 280 ஆய்வுக் கட்டுரைகள் படிக்கப்பெற்றன. இக்கருத்தரங்கக் கட்டுரைகள் மூன்று தொகுதிகளாக வெளியிடப்பெற்றுள்ளன. முதல் இரண்டு தொகுதிகள் ஆங்கிலக் கட்டுரைகள் கொண்டும் மூன்றாவது தொகுதி தமிழ்க் கட்டுரைகள் கொண்டும் பதிப்பிக்கப்பட்டுள்ளது. முதலிரண்டு தொகுதிகள் முறையே 1100, 1200 பக்கங்களுடன் அமைந்துள்ளன. மூன்றாம் தொகுதி 700 பக்கங்களுடன் உருவாகி உள்ளது. ‘இதுவரை நடைபெற்ற வேறெந்த மாநாடும் இவ்வளவு பெரிய தொகுதிகளை வெளியிடவில்லை. கட்டுரை எண்ணிக்கையிலும் இம்மாநாட்டுத் தொகுதிகள் தாம் அதிக அளவை பெற்றுள்ளன (ஐந்தாம் உலகத்தமிழ் மாநாட்டுக் கருத்தரங்க ஆய்வுக் கட்டுரைகள், முன்னுரை, ப.13.)என்று ஆய்வுக் கோவை முன்னுரை குறிப்பிடுகின்றது.

அமெரிக்க அறிஞர் வில்லியம் பிரைட், டாக்டர் கிப்ட் சிரோமணி, அமெரிக்க அறிஞர் பேர்சர்வீஸ், அஸ்கோ பர்போலோ, ஐராவதம் மகாதேவன், நா. மகாலிங்கம் போன்றோரின் மிக முக்கியத்துவம் வாய்ந்த ஆய்வுக்கட்டுரைகளின் தொகுப்பாக இவ்ஆய்வுத் தொகுதிகள் அமைந்துள்ளன. தனது 72வது வயதிலும் முதன்மைப் பதிப்பாசிரியராகப் பொறுப்பேற்று முந்தைய

ஆய்வுத்தொகுதிகளைக் காட்டிலும் சிறப்பான ஆய்வுத்தொகுதிகளை மு.அ. வெளிக்கொண்டு வந்திருக்கிறார்.

மேற்கண்ட பதிப்புகள் மட்டுமல்லாமல், தெ.பொ. மீனாட்சிசுந்தரனார் அவர்கள் தலைமையிலமைந்த சென்னைக் கம்பன் கழகத்தின் கம்பராமாயணப் பதிப்புக்குழுவிலும் காந்தியடிகளின் எழுத்துகளையும் பேச்சுகளையும் தொகுத்து நூலாக வெளியிடும் காந்தி நூல் வெளியீட்டுக் கழகத்தின் பதிப்புக்குழுவிலும் மு.அ. பணியாற்றியுள்ளார். 1940களில் பதிப்பாசிரியராகத் தொடங்கிய மு.அ.வின் பயணம், பல்வேறு துறைகளில் பரிணமித்திருந்தாலும் அவரது பதிப்புப் புலமை தனித்து அடையாளப்படுத்தும் வகையில் அமைந்துள்ளதை மறுக்க இயலாது.

பின்னிணைப்புகள்

பின்னிணைப்பு – 1

தன் நூல்களை வெளியிட அனுமதி வழங்கி புதுமைப் பதிப்பகத்திற்குக் கவிமணி தேசிகவிநாயகம்பிள்ளை எழுதிய கடிதம்.

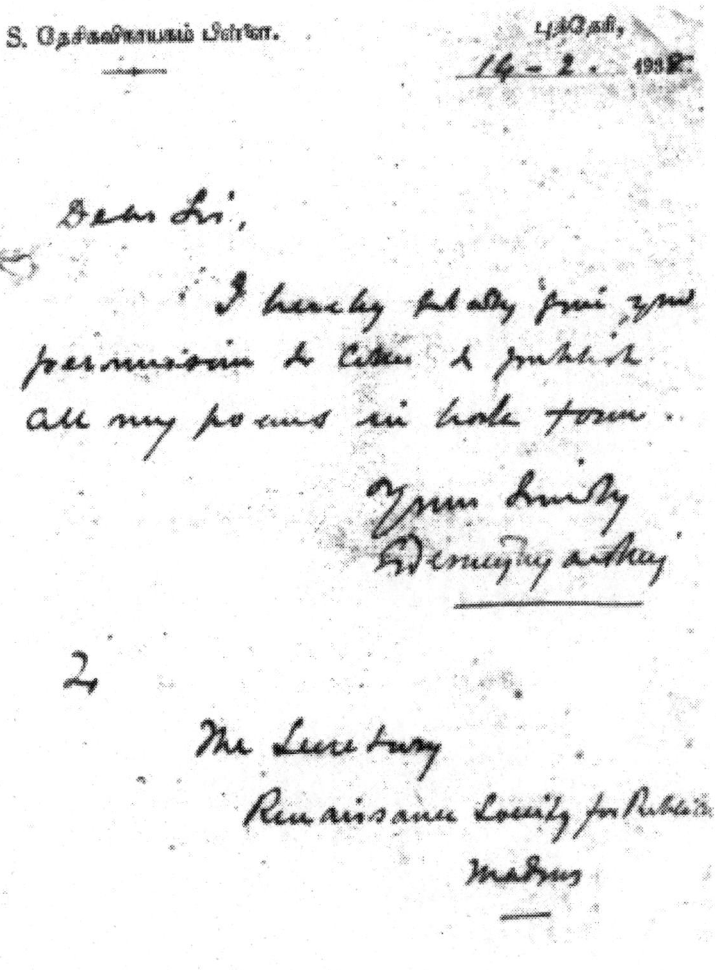

S. தேசிகவிநாயகம் பிள்ளா.

புதுதேரி,
14 – 2 – 193?

Dear Sir,

"I hereby totally give you permission to take & publish all my poems in bulk form..

Yours truly,
Desigavinayakam

2.

The Secretary
Renaissance Society for Publications
Madras

பின்னிணைப்பு – 2

‘மூனாவருணாசலமே’ பாடல் குறித்து புதுமைப்பித்தன் மீ.ப.சோமுவுக்கு எழுதிய கடிதம் . ஆ.இரா.வேங்கடாசலபதி பதிப்பித்த ‘அன்னை இட்ட தீ’ நூலிலிருந்து

மீ. ப. சோமசுந்தரம்

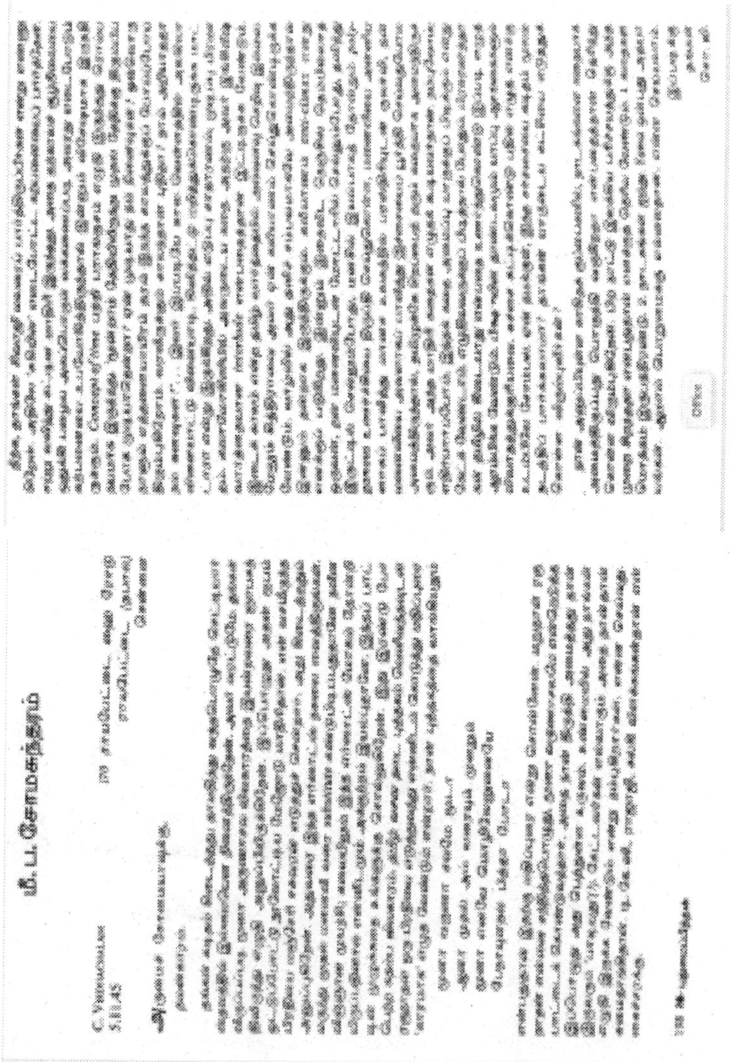

பின்னிணைப்பு – 3

முக்கூடற்பள்ளு பதிப்பைப் பாராட்டிக் க.கைலாசபதி 23.02.1971இல் மு.அ.வுக்கு எழுதிய கடிதம்

BY AIR MAIL

Shri M. Arunachalam M.A.,
Gandhi Vidyalayam
Thiruchitrambalam,
Mayuram,
Tanjore Dt.
Tamil Nadu
India

Dr. K. Kailasapathy
Dept. of Tamil
University of Ceylon
Colombo-3
Ceylon

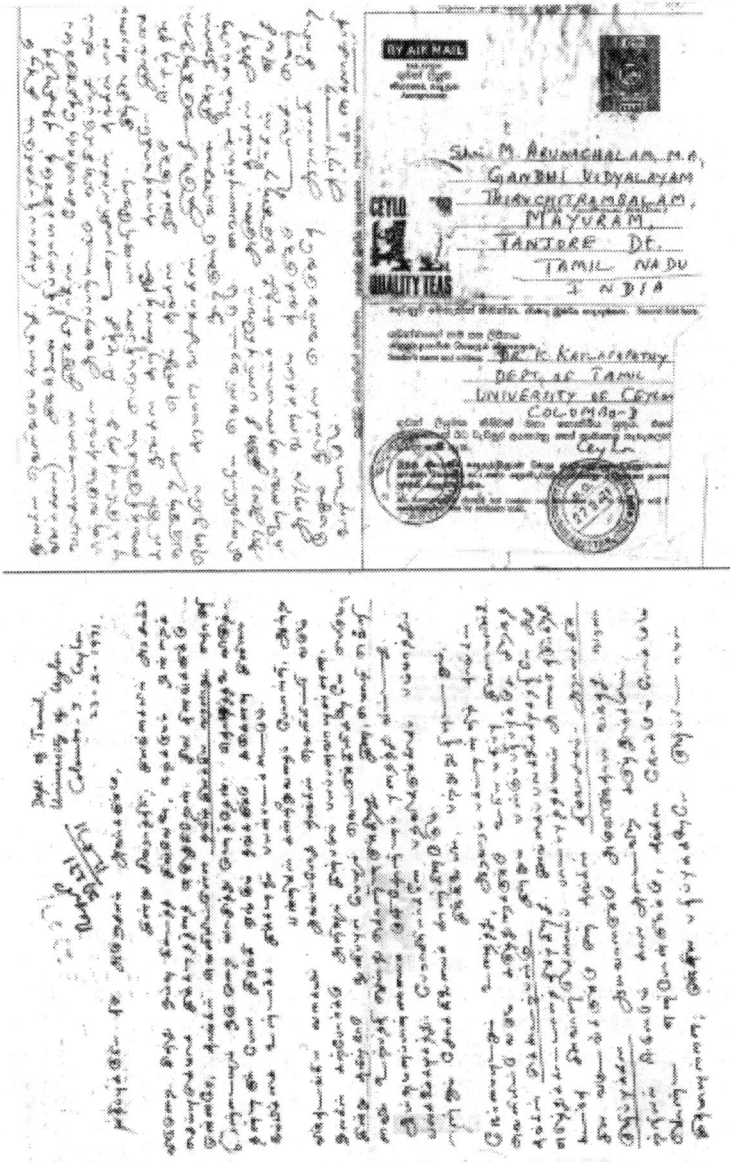

பின்னிணைப்பு –4

மு.அருணாசலனார் இதழ்களில் எழுதிய கட்டுரைகள்

குமரிமலர் இதழ்

1. *செல்லையா, 1943, மலர் 2*
2. *பிரயாண நினைவுகள், 1943, மலர் 4*
3. *சடைக்கத் தேவன், 1943, மலர் 7*
4. *மகாதேவ தேசாய், 1944, மலர் 11*
5. *இன்று தான் தமிழ் தெரிந்தது, 1944, மலர் 17*
6. *வெள்ளகால் முதலியார், 1945, மலர் 19*
7. *சர்க்கரை, 1945, மலர் 20*
8. *வைட்டமின், 1946, மலர் 31*
9. *சர்வகலா சாலையின் லஷ்யம், 1946, மலர் 34*
10. *வினோபாவும் தமிழும், 1946, மலர் 35*
11. *மல்லிகையும் கனகாம்பரமும், 1947, மலர் 37*
12. *எலிவேட்டை, 1947, மலர் 39*
13. *நமது தேவைகள், 1947, மலர் 49*
14. *காந்தியடிகளின் நிர்மாணத் திட்டம், 1948, மலர் 5, இதழ் 4*
15. *ஆதாரக் கல்விக்கான நோக்கம், 1948, மலர் 5, இதழ் 4*
16. *இந்து தேச பருத்தியின் பழமை, 1948, மலர் 5 இதழ் 7*
17. *வயது வந்தோர் கல்வி, 1948, மலர் 5 இதழ் 8*
18. *வள்ளுவர் உபதேசம், 1948, மலர் 5 இதழ் 9*
19. *வயது வந்தோர் கல்வி எழுத்துப் படிப்பு, 1948, மலர் 5 இதழ் 10*
20. *வயது வந்தோர்கல்வி குழந்தைவளர்ப்பு - 1948 - மலர் 5 இதழ் 1*
21. *சமூக வாழ்வு, 1949, மலர் 6 இதழ் 1*
22. *விவசாயமும் நாக்குப்பூச்சியும், 1949-, மலர் 6 இதழ் 7*
23. *பாடசாலைகளில் சமய போதனை வேண்டாமா, 1949, மலர் 6 இதழ் 10*

சக்தி இதழ்

1. *சாதிப் பலாப்பழம், 1941, ஆவணி*
2. *ஒரு தும்மல், 1941, புரட்டாசி*
3. *கன்னிமான், 1941, ஐப்பசி*
4. *காதல், 1947, கார்த்திகை*
5. *நடந்த காவேரி, 1942, தை*

6. முல்லையும் சோகமும், 1942, மாசி
7. பச்சை குத்தல், 1942, வைகாசி
8. அம்மைக்கு அகம், 1942, ஆடி
9. நாஞ்சில் நாட்டுக் கவிஞர், 1943, ஆவணி
10. சீகாழிப் பள்ளு, 1941, ஜீன், ஆனி
11. போரும் உணவும், 1942, அக்டோபர்
12. தீக்குளித்த வேளாளர், 1942, நவம்பர்
13. அறிவிலை வாணிகம், 1942, டிசம்பர்
14. பொங்கல் விழா, 1943, சனவரி
15. சங்குப் பாலடை, 1943, பிப்ரவரி
16. திருச்சிற்றம்பலம், 1943, ஏப்ரல்
17. ஏற்றப்பாட்டு, 1943, ஜீலை
18. திருவாளர் திரு.வி.க, 1943, ஆகஸ்ட்டு
19. ஏழைப்பங்கன், 1943, செப்டம்பர்
20. உழவுப்பாட்டும் சமதர்மமும், 1943, நவம்பர்
21. பால்பசு, 1943 டிசம்பர்
22. பள்ளுப்பாட்டு, 1944, சனவரி
23. என்று வந்தாய்?, 1944, பிப்ரவரி
24. குன்னரங்கன், 1944, மார்ச்சு
25. அவல், 1944, ஏப்ரல்
26. ஆழ்வார் பாடிய தாலாட்டு, 1944, மே
27. அம்மானைப் பாடல்கள், 1944, ஜீன்
28. அறியாமை, 1944, ஆகஸ்ட்
29. பள்ளும் பெருமாளும், 1944, அக்டோபர்
30. தாலாட்டும் பள்ளும், 1944, டிசம்பர்
31. விலையாகாத புத்தகங்கள், 1945, மார்ச்சு
32. வேண்டாதது, 1945, ஏப்ரல்
33. உரிமையுரை, 1945, மே
34. புலமைப் பகட்டு, 1945, ஜீன்
35. மறதி, 1945, ஜீலை
36. தாவரங்களின் வாழ்க்கை, 1945, செப்டபர்
37. உப்பு, 1945, அக்டோபர்
38. கிழங்கினம், 1946, ஏப்ரல்
39. வீணாக்காதீர்கள், 1946, ஜீலை
40. குழந்தை வளர்ப்பின், 1948, தை
41. கற்பூரம், 1948, செப்டம்பர்
42. குழந்தையின் வீட்டு வாழ்க்கை, 1948, மே

சித்தாந்தம் இதழ்

1. ஆசாரம், 1973, மார்ச்
2. பெண்ணுரிமை, 1980, ஜீலை
3. தூரதரிசனம் சித்தாந்தம் - கட்டுரைகள், 1980, ஆகஸ்டு
4. இருளில் ஒளி, 1980, செப்டம்பர்
5. பள்ளிகளில் சமய போதனை, 1980, அக்டோபர்
6. எவ்வுருவோ நம்பிரான், 1980, நவம்பர்
7. தமிழில் அருச்சனை, 1981, சனவரி
8. கிறித்தவப் பள்ளிகளில் படிப்பித்தல், 1981, மார்ச்
9. சமூகத்தின் இன்றைய தேவை, 1981, ஜீன்
10. ஆசாரிய சுந்தரபாண்டியர், 1981, ஜீலை, ஆகஸ்டு
11. சிவசகஸ்ர நாமம், 1981, செப்டம்பர்
12. மீனாட்சிபுரம் மத மாற்றங்கள், 1981, அக்டோபர்
13. வைதீக பூசை, 1982, மே
14. தில்லை ஸ்படிக லிங்க பூசை, 1982, ஜீலை
15. சனீசுவரன், 1982, ஜீலை
16. இருட்டறையின் மலடு கற்றல், 1982, ஆகஸ்டு
17. அகரமுழக்கம், 1982, ஆகஸ்டு
18. அனுட்டானம் என்ற வழக்கு, 1982, நவம்பர்
19. சங்கரரும் நாயன்மாரும், 1982, நவம்பர்
20. அட்டபரிவாரம், 1982, டிசம்பர்
21. சைவமும் சாய்கரரும், 1983, சனவரி
22. திருநந்தி தேவர், 1983, மே
23. சின்முத்திரை, 1983, மே
24. ஒரு தேவாரப் பாடற்பொருள், 1983, ஜீன்
25. பெரிய புராணத்துள் ஒரு பாடல், 1983, ஆகஸ்டு
26. பரிவார தேவதைகள், 1983, ஆகஸ்டு
27. ஆகமங்களில் இசை, 1983, செப்டம்பர்
28. சாளரபாணிப்பண், 1983, நவம்பர்
29. திருமுறைகளில் காணும் சில அரிய வரலாறுகள், 1985 சனவரி

துணைநூல்கள்

மு.அருணாசலனார் நூல்கள்

1. தமிழ் இலக்கிய வரலாறு 9ஆம் நூற்றாண்டு முதல் 16ஆம் நூற்றாண்டு நூல்கள் வரை, தி பார்க்கர், இராயப்பேட்டை, சென்னை - 600 014, திருத்தப்பட்ட பதிப்பு - 2005.
2. செயங்கொண்டார், காந்தி வித்தியாலயம், திருச்சிற்றம்பலம், முதற்பதிப்பு - 1972.
3. சேக்கிழார், காந்தி வித்தியாலயம், திருச்சிற்றம்பலம், முதற்பதிப்பு - 1972.
4. ஒட்டக்கூத்தர், காந்தி வித்தியாலயம், திருச்சிற்றம்பலம், முதற்பதிப்பு - 1972.
5. அடியார்க்கு நல்லார், காந்தி வித்தியாலயம், திருச்சிற்றம்பலம், முதற்பதிப்பு - 1973.
6. திவாகரர், காந்தி வித்தியாலயம், திருச்சிற்றம்பலம், முதற்பதிப்பு - 1975.
7. ஸ்ரீ குருஞான சம்பந்தர், காந்தி வித்தியாலயம், திருச்சிற்றம்பலம், முதற்பதிப்பு - 1975.
8. தென்காசிப் பாண்டியர், காந்தி வித்தியாலயம், திருச்சிற்றம்பலம், முதற்பதிப்பு - 1977.
9. திருக்குருகைப் பெருமாள் கவிராயர், காந்தி வித்தியாலயம், திருச்சிற்றம்பலம், முதற்பதிப்பு - 1975.
10. நம்மாழ்வார், காந்தி வித்தியாலயம், திருச்சிற்றம்பலம், முதற்பதிப்பு - 1990.
11. ஸ்ரீ குமரகுருபர சுவாமிகள், காந்தி வித்தியாலயம், திருச்சிற்றம்பலம், முதற்பதிப்பு - 1990.
12. திருவாசகக் குறிப்புகள், காந்தி வித்தியாலயம், சைவ சித்தாந்த முதற்பதிப்பு - 1965.
13. சைவ சமயம், பாரிநிலையம், சென்னை-1, முதற்பதிப்பு - 1969.
14. புத்தகமும் வித்தகமும், தமிழ் நூலகம், திருச்சிற்றம்பலம், முதற்பதிப்பு - 1957.
15. குமரியும் காசியும், தமிழ் நூலகம், திருச்சிற்றம்பலம், முதற்பதிப்பு - 1959.

16. நான் கண்ட வினோபா, தமிழ் நூலகம், திருச்சிற்றம்பலம், முதற்பதிப்பு - 1956.
17. யான் பெற்ற இன்பம், சக்தி காரியாலய வெளியீடு, சென்னை, முதற்பதிப்பு - 1943.
18. காற்றிலே மிதந்த கவிதை, காந்தி வித்தியாலயம், இரண்டாம்பதிப்பு - 1977.
19. நிழலருமை வெய்யிலிலே, சக்தி காரியாலய வெளியீடு, சென்னை, முதற்பதிப்பு - 1942.
20. தாலாட்டு இலக்கியம், தமிழ் நூலகம், திருச்சிற்றம்பலம், முதற்பதிப்பு - 1956.
21. சொற்சுவை, காந்தி வித்தியாலயம், திருச்சிற்றம்பலம், முதற்பதிப்பு - 1942.
22. இன்றைய தமிழ் வசன நடை, தினமணி காரியாலயம், சென்னை, முதற்பதிப்பு - 1945.
23. இளம்பூரணர், அண்ணாமலைப் பல்கலைக்கழகம், சிதம்பரம், முதற்பதிப்பு - 1981.
24. கருநாடக சங்கீதம் தமிழிசை ஆதி - மும்மூர்த்திகள், இந்து அறநிலையத்துறை, சென்னை, பதிப்பு - 1985.
25. சைவ சித்தாந்தச் சிறுநூல்கள், சைவ சித்தாந்த மகா சமாஜம், சென்னை, முதற்பதிப்பு - 1966.
26. திருவிசைப்பா திருப்பல்லாண்டு, சென்னைப் பல்கலைக்கழகம், சென்னை, முதற்பதிப்பு - 1974.
27. காய்கறித்தோட்டம், சக்தி காரியாலய வெளியீடு, சென்னை, முதற்பதிப்பு - 1945.
28. பழத்தோட்டம், தமிழ் நூலகம், தியாகராய நகர், சென்னை, முதற்பதிப்பு - 1948.
29. பூஞ்செடிகள், பாரிநிலையம், சென்னை-1, முதற்பதிப்பு - 1969.
30. வாழைத்தோட்டம், தமிழ் நூலகம், தியாகராய நகர், சென்னை, முதற்பதிப்பு - 1948.
31. ஆதாரக்கல்வி, தமிழ் நூலகம், திருச்சிற்றம்பலம், முதற்பதிப்பு - 1957.
32. களை, காந்தி வித்தியாலயம், திருச்சிற்றம்பலம், முதற்பதிப்பு - 1955.

33. பாடசாலை நோய்கள், காந்தி வித்தியாலயம், திருச்சிற்றம்பலம், முதற்பதிப்பு - 1956.
34. முதல்வகுப்பு ஆசிரியர், காந்தி வித்தியாலயம், திருச்சிற்றம்பலம், முதற்பதிப்பு - 1952.
35. தோட்டவேலை ஆசிரியர், காந்தி வித்தியாலயம், திருச்சிற்றம்பலம், முதற்பதிப்பு - 1957.
36. தமிழ் இசை இலக்கண வரலாறு, கடவு பதிப்பகம், மதுரை - 625014, முதற்பதிப்பு - 2009.
37. தமிழ் இசை இலக்கிய வரலாறு, கடவு பதிப்பகம், மதுரை - 625014, முதற்பதிப்பு - 2009.
38. தமிழ் இலக்கியம் சொல்லும் கதைகள், சாகித்திய அகாதெமி, முதற்பதிப்பு - 1984.
39. An Introduction to the History of Tamil Literature, Gandhi Vidhyalayam, Thiruchitrambalam, First Edition - 1974.
40. Musical Tradition of Tamilnadu, International Society for Ancient Civilisation, Chennai, First Edition - 1989.
41. A Primer Tamil Literature, Gandhi Vidhyalayam, Thiruchitrambalam, First Edition - 1981.
42. The Saivagamas, Gandhi Vidhyalayam, Thiruchitrambalam, First Edition - 1983.
43. Saiva Saints, Gandhi Vidhyalayam, Thiruchitrambalam, First Edition - 1983.
44. The Kalabras in the Pandiya Country, University of Madras, Chennai, First Edition - 1979.
45. Ballad Poetry, Gandhi Vidhyalayam, Thiruchitrambalam, First Edition - 1983.
46. Peeps into the cultural Heritage of Hinduism, Kasi mutt, Thirupanandhaal, Gandhi Vidhyalayam, Thiruchitrambalam, First Edition - 1978.
47. Outlines of Saivism, Gandhi Vidhyalayam, Thiruchitrambalam, First Edition - 1978.
48. Woman saints of Tamilnadu, Barathya vidhya bavan, Bombay, First Edition - 1970.

மு.அருணாசலனார் பதிப்பித்த நூல்கள்

1. சேயூர் முருகன் உலா, தொல்பொருள் ஆய்வுத்துறை, சென்னை, பதிப்பு-1980.
2. முக்கூடற்பள்ளு, தமிழ் நூலகம், சென்னை, இரண்டாம் பதிப்பு - 1949.
3. திருமலை முருகன் பள்ளு, சக்தி காரியாலய வெளியீடு, சென்னை, முதற்பதிப்பு - 1944.
4. திருவானைக்கா உலா, செந்தமிழ்க்கழகம், சொக்கநாதபுரம், முதற்பதிப்பு - 1944.
5. அம்பிகாபதிக்கோவை, தமிழ் நூலகம், சென்னை, முதற்பதிப்பு - 1944.
6. கூளப்ப நாயக்கன் காதல், சக்தி காரியாலய வெளியீடு, சென்னை, முதற்பதிப்பு - 1943.
7. சிதம்பரக்குறவஞ்சி, தமிழ் நூலகம், சென்னை, முதற்பதிப்பு - 1949.
8. குறவஞ்சி, தமிழ்நாட்டுப்பாடநூல் நிறுவனம், சென்னை, முதற்பதிப்பு - 1980.
9. பிரபந்த மரபியல், தொன்னூல் நிலையம், சென்னை - 6, முதற்பதிப்பு - 1976.
10. ஸ்ரீவேங்கடேச மகத்துவம், காந்தி வித்தியாலயம், திருச்சிற்றம்பலம், முதற்பதிப்பு - 1983.
11. திருக்களிற்றுப்படியார் மூலமும் பழைய அனுபூதி உரையும், சைவ சித்தாந்த மகா சமாஜம், சென்னை, முதற்பதிப்பு - 1962.
12. தத்துவப் பிரகாசம், சைவ சித்தாந்த மகா சமாஜம், சென்னை, முதற்பதிப்பு - 1965.
13. முத்தானந்தர் ஞானக்குறவஞ்சி, தமிழ்நாடு அரசு தொல்பொருள் ஆய்வுத்துறை, பதிப்பு - 1981.
14. ஐந்தாம் உலகத்தமிழ் மாநாட்டு ஆய்வுக்கோவை, உலகத் தமிழாராய்ச்சி மன்றம், பதிப்பு - 1981.

பிற துணை நூல்கள்

1. இளமாறன்(ம. பி.) (தொ.ஆ.),அறியப்படாத தமிழ் உலகம்,புதிய புத்தகம் பேசுது,சென்னை - 18, பதிப்பு - 2011.

2. கார்த்திகேசு சிவத்தம்பி, தமிழில் இலக்கிய வரலாறு, நியு செஞ்சுரி புக் அவுஸ் (பி) லிட், சென்னை - 98, மூன்றாம் பதிப்பு - 2010.
3. சண்முக சுந்தரம் சு.,நாட்டுப்புற இலக்கிய வரலாறு, மணிவாசகர் நூலகம், சென்னை, பதிப்பு - 1980.
4. சண்முக சுந்தரம் சு.,தமிழில் நாட்டுப்புறப்பாடல்கள், மணிவாசகர் நூலகம், சிதம்பரம், பதிப்பு - 1980.
5. சிவகாமி ச., பத்தொன்பதாம் நூற்றாண்டுத் தமிழ் இலக்கியம், உலகத் தமிழாராய்ச்சி நிறுவனம்,சென்னை, முதற்பதிப்பு - 1994.
6. செயராமன் ந.வீ., பள்ளு இலக்கியம், மணிவாசகர் பதிப்பகம், சென்னை - 108, முதற்பதிப்பு - 2000.
7. தேசிக விநாயகம்பிள்ளை, மலரும் மாலையும், புதுமைப் பதிப்பகம், 3. சாம்பசிவம் தெரு, முதற்பதிப்பு - 1938.
8. பஞ்சாங்கம் க., தமிழ் இலக்கியத் திறனாய்வு வரலாறு, தஞ்சாவூர் - 613007,நான்காம் பதிப்பு - 2007.
9. பாலூர் கண்ணப்ப முதலியார் (ப.ஆ), திரு ஈங்கோய்மலை எழுபது, தமிழ்ப் புத்தகாலயம்,சென்னை - 14,பதிப்பு - 1962.
10. பெருமாள் அ.நா. நாட்டுப்புறவியல் சிந்தனைகள், தேன்மொழி பதிப்பகம், சென்னை - 56,முதற்பதிப்பு - 1987.
11. பொதியவெற்பன் வே.மு.(தொ.ஆ.), பறை - 1990, சிலிக்குயில், கும்பகோணம் - 612001.
12. முத்தையா வெள்ளையன் (ம.பி.) (தொ.ஆ.), தமிழ் நூல் தொகுப்பு வரலாறு, புதிய புத்தகம் பேசுது, பதிப்பு - 2010.
13. வேங்கடராமன் சு., அறியப்படாத தமிழ் இலக்கிய வரலாறு, மீனாட்சி புத்தக நிலையம், மதுரை - 625001, முதற்பதிப்பு - 2004.
14. வேங்கடாசலபதி ஆ.இரா., (ப.ஆ.), அன்னை இட்ட தீ, காலச்சுவடு பதிப்பகம், நாகர்கோயில்,பதிப்பு - 1998.
15. வேங்கடாசலபதி ஆ.இரா., முச்சந்தி இலக்கியம், காலச்சுவடு பதிப்பகம், நாகர்கோயில் பதிப்பு - 2004.
16. வேங்கடாசலபதி ஆ.இரா.,அந்தக் காலத்தில் காப்பி இல்லை முதலான ஆய்வுக்கட்டுரைகள், காலச்சுவடு பதிப்பகம், நாகர்கோயில், பதிப்பு - 2000.

17. வேல்சாமி பொ., கோவில் - நிலம் - சாதி, காலச்சுவடு பதிப்பகம், நாகர்கோயில் - 629001, முதற்பதிப்பு - 2011.

18. தீப.நடராஜன் (தொ.ஆ.) ரசிகமணி டி.கே.சி.கடிதங்கள், உயிர்மை பதிப்பகம், 2010.

19. வையாபுரிப்பிள்ளை எஸ். (ப.ஆ.) புறத்திரட்டு, சென்னைப் பல்கலைக்கழகம், பதிப்பு - 1938.

ஆய்வேடு

1. த. ஞானவேலு, தமிழ் இலக்கிய வரலாற்றெழுதியல், மாநிலக் கல்லூரி, தமிழ்த்துறை, செப்டம்பர் - 2006

மலர்கள்

1. திருச்சிற்றம்பல அருணாசலனார் நூற்றாண்டு மலர், வீ. அரசு (ப.ஆ.), உல. பாலசுப்பிரமணியம் (ப.ஆ.), கடவு பதிப்பகம், மதுரை - 625014, முதற்பதிப்பு - 2009.
2. சைவ சித்தாந்த பெருமன்ற வரலாறு, நூற்றாண்டு விழா வெளியீடு, சைவ சித்தாந்த பெருமன்றம், மயிலை, செனனை - 4, பதிப்பு - 2005.
3. திருநெல்வேலி தென்னிந்திய சைவசித்தாந்த நூற்பதிப்புக் கழக மணிவிழாமலர், சென்னை - 1, பதிப்பு 1982.
4. கவிமணி நினைவு மலர், பாரிநிலையம், சென்னை.
5. தமிழ் புத்தக உலகம் 1800 - 2009, சிறப்புமலர், புதிய புத்தகம் பேசுது, சென்னை, 2009.
6. தமிழறிஞர் மு.அ.நூற்றாண்டு,1909 - 2009, திருச்சிற்றம்பலம், வெளியீடு - 2013..

இதழ்கள்

1. தினமணி நாளிதழ், சென்னைப் பதிப்பு, ஆகஸ்ட், 9 - 2009.
2. நாட்டார் வழக்காற்றியல் ஆய்வுக்கழக இதழ், 1987 தொகுதி 1.
3. தி இந்து, சென்னைப் பதிப்பு, ஜனவரி, 21 - 2014.
4. சித்தாந்தம் இதழ்கள், 1963 - 1971 மற்றும் 1980 - 1990ஆம் ஆண்டு இதழ்கள்.
5. ரோஜா இதழ், ரோஜா முத்தையா ஆராய்ச்சி நூலகத்தின் காலாண்டிதழ், ஜனவரி 2012.